கிறிஸ்டோபர் ஆன்றணி

வள்ளவிளை கடற்கரை கிராமத்தை பிறப்பிடமாகக் கொண்ட இவர் தற்போது தன் மனைவி மற்றும் நான்கு குழந்தைகளுடன் அமெரிக்காவில் வசித்துவருகிறார். தன்னுடைய வாழ்நாளின் பெரும்பகுதியை நெய்தல் மக்களுக்காகவும், அவர்களின் பண்டைய வரலாறுகளைத் தேடித் தேடிக் கண்டுபிடிப்பதிலும், அதை ஆய்வு செய்வதிலும், மீட்டுருவாக்கம் செய்வதிலும், ஆவணப்படுத்துவதிலும் செலவிட்டுக்கொண்டிருக்கிறார்.

துறைவன் என்ற புதினம் வாயிலாக முக்குவா இனக்குழுவின் பண்டைய வரலாற்றை வெளியுலகிற்கு அறிமுகப்படுத்தியவர். *இனயம் துறைமுகம்* என்னும் கட்டுரைத் தொகுப்பை எதிர் பதிப்பகம் வெளியிட்டுள்ளது. உயிர்மை விருது போன்ற பல விருதுகளைப் பெற்றவர்.

மீன்வள மசோதா, 2021

கடலிலிருந்து வெளித்துரத்தப்படும் பாரம்பரிய மீனவர்கள்

கிறிஸ்டோபர் ஆன்றணி

எதிர்
வெளியீடு

மீன்வள மசோதா, 2021
கடலிலிருந்து வெளித்துரத்தப்படும் பாரம்பரிய மீனவர்கள்
கிறிஸ்டோபர் ஆன்றணி

முதல் பதிப்பு: மே 2022
எதிர் வெளியீடு,
96, நியூ ஸ்கீம் ரோடு, பொள்ளாச்சி – 642 002
தொலைபேசி: 04259 226012, 99425 11302

விலை: ரூ. 100

Meenvala Masodha
Christopher Antony

First Edition: May 2022
Published by
Ethir Veliyeedu, 96, New Scheme Road, Pollachi- 642 002
email: ethirveliyedu@gmail.com
www. ethirveliyedu.in

ISBN: 978-93-90811-09-0
Cover Design: Harisankar
Printed at Jothy Enterprises, Chennai.

All rights reserved. No part of this book may be reprinted or reproduced or utilised in any form or by any electronic, mechanical or other means, now known or hereafter invented, including Photocopying and recording, or in any information storage or retrieval system, without permission in writing from the Publisher.

உள்ளடக்கம்

தொடரும் தொப்புள்கொடி உறவு 07

முன்னுரை 09

இந்திய கடல் மண்டலங்கள் 15

இந்திய மீன்பிடிக் கப்பல்கள் 18

இந்திய ஆய்வுக் கப்பல்கள் 24

வெளிநாட்டு மீன்பிடிக் கப்பல்கள் 29

புனித அதிகாரிகள் 31

மீனவர்களின் நலன் 33

406 மெகா ஹெர்ட்ஸ் 40

அரசு செய்யவேண்டியது 45

குறிப்புகள் 50

பின்னிணைப்பு 51

தொடரும் தொப்புள்கொடி உறவு...

"எழுத்தாளர் கிறிஸ்டோபர் ஆன்றணியின் மீன்வள மசோதா [இந்திய கடல் மீன்வள மசோதா, 2021] என்ற இவ்வாய்வுப் பதிவை நான் முழுமையாக வாசித்தேன்." பணிச் சுமையால் சிறிது கால தாமதம் ஆகிவிட்டது. வாழ்வாதாரம் சார்ந்து அவர் மென்பொருள் பணியிலிருந்தாலும், தீபகற்பத்தின் கடலோர பாரம்பரிய மீனவர் வாழ்வு குறித்த அக்கறையோடே வாழ்கிறார் என்பது என்னளவில் பெருமகிழ்ச்சி அளிப்பதாய் இருக்கிறது. பணி சார்ந்து வாழ்வின் பல உச்சங்களையும் தொட்டுவிட்ட நிலையிலும் அறுபடாத அவரது தொப்புள்கொடி உறவும் அதன் செயல்பாடுகளும், என் போன்றோரை இன்னும் ஊக்குவிப்பதாய் இருக்கிறது. தானாடாவிட்டாலும் தன் தசையாடும் என்பது போல இருக்கின்றன அவரது பதிவுகள். கடலோர வாழ்வில் அறுவடையோ மிகுதி ஆனால் அக்கறையுள்ள வேலையாட்கள் குறைவோ என்ற என் உள்ளக் கிடக்கை, பெரிதும் மாற்றி இருக்கின்றன அவரது தொடர் செயல்பாடுகள்.

மீனவர்களில் படித்தவர்க்கும், பணியிலிருப்போர்க்கும், பிறப்புரிமைக் காரணம் காட்டி மீன்துறை மற்றும் கடலியல் துறையில் பணியில் இருப்போருக்கும் இல்லாத அக்கறை அவருக்கு இருப்பதாலேயே, அதை நன்றியோடு பதிவு செய்கிறேன். மீனவ சமூக வாழ்வும் அதன் வாழ்வாதாரமும் கேள்விக்குறியாக்கப்படும் போதெல்லாம் இவரது பதிவுகளைக் காண நேரிடுகிறது. நானறிய நடந்தேறியிருக்கும் இவ்வனிச்சையான செயல்பாடும், பெரும் ஆய்வுக் கண்ணோடும் அக்கறையோடுமே செய்யப்பட்டிருக்கின்றன.

சரக்கு நடைசெய்யும் வணிகக் கப்பல்கள், ஆய்வுக் கப்பல்கள் அவற்றின் செயல்பாடுகள் வேறு, மீன்பிடித்தலில் இருக்கும் பாரம்பரியப் படகுகள், விசைப்படகுகள் மற்றும் கப்பல்களின் செயல்பாடுகள் வேறு. மீன்பிடித்தலில் கரைக்கடலில் இயங்கும் பாரம்பரிய மீனவர்களுக்கும், ஆழ்கடலில் கப்பல் வைத்து மீன்வேட்டம் செய்யும் வணிக மீனவர்களுக்கும் வாழ்க்கை முறை பாரதூரமானது. இவர்களுக்கு இடையே விசைப்படகு மீனவர்களும் அவர்களது அண்மைக் கடல் செயல்பாடுகளும்... இவர்கள் அனைவரையும் ஒரே சட்ட வரையறைக்குள் கொண்டு வருவதென்பது, தொடரும் தொழில்சார் புரிதலற்ற அரச அதிகாரத்தின் அடக்குமுறையாகவே படுகிறது.

சட்டங்கள் இயற்றி குடிமக்களை, அவர்தம் வாழ்வாதாரச் செயல்பாடுகளை வரைமுறை செய்ய விரும்பும் ஆட்சியாளர்கள், இந்தக் கள உண்மையை முதலில் புரிந்து செயல்பட வேண்டும். பிரச்சனைக்கான தீர்வு என்பது, அதன் அருகில் சென்று உண்மையை அறிந்து அக்கறையோடு செயல்படுவதின் மூலமே நடக்கும் என்பதை, இவ்வாய்வுப் பதிவின் மூலம் மக்களுக்கும், ஆட்சியாளர்களுக்கும் சொல்ல விழைகிறார் கிறிஸ்டோபர் ஆன்றணி. அரசும், அதிகார அமைப்புகளும் புரிந்து செயல்பட வேண்டும்.

எழுத்தாளருக்கு என் மனமார்ந்த பாராட்டுகள்.

வாஞ்சையுடன்,
ஆர்.என். ஜோ டி குருஸ்
12 / 03 / 2022
எம் 2, நெய்தல் நகர்,
சென்னை - 600 057

முன்னுரை

இந்தியாவின் கடல்பரப்பு மூன்றாக பிரிக்கப்பட்டுள்ளது. இந்திய நிலப்பரப்பிலிருந்து பன்னிரண்டு கடல் மைல் தொலைவு வரையிலான கரைக்கடல், கடற்கரையிலிருந்து இருபத்து நான்கு நாட்டிகல் தொலைவு வரையிலான அண்மைக்கடல், இருநூறு நாட்டிகல் மைல்கள் வரையிலான பிரத்தியேக பொருளாதார மண்டலம் என்று அழைக்கப்படுகிறது. இருநூறு நாட்டிகல் மைல் தொலைவிற்கு வெளியிலிருப்பது பன்னாட்டு கடல் வெளி. இந்தியாவின் பிரத்தியேக பொருளாதார மண்டல கடல்பரப்பு சுமார் இருபது லட்சம் சதுர சதுர கிலோமீட்டர் பரப்பளவு கொண்டது. கடற்கரையின் நீளம் சுமார் 8118 கிலோமீட்டர்.

2010ஆம் வருடம் நடத்தப்பட்ட கடல்மீன்வள கணக்கெடுப்பின்படி இந்தியாவில் 3288 கடற்கரை கிராமங்களும், 8,64,550 குடும்பங்களும், 40 லட்சம் மீனவர்களும் இருக்கின்றார்கள். 10 லட்சம் மீனவர்கள் கடலில் மீன்பிடித்தொழிலில் ஈடுபடுகின்றார்கள். 6.2 லட்சம் மீனவர்கள் வெளிப்பொருத்து இயந்திரப் படகுகளிலும், 3.3 லட்சம் மீனவர்கள் ஆழ்கடல் விசைப்படகுகளிலும், 5 லட்சம் மீனவர்கள் கட்டுமரம், வள்ளம், தலைச்சுமடு, மீன்வியாபாரம் போன்ற கைத்தொழில்களிலும் ஈடுபடுகின்றார்கள். ஒவ்வொரு வருடமும் கடல் மீனவர்களின் பொருளாதார பங்களிப்பு தோராயமாக 50,000 கோடிகள். ஒவ்வொரு வருடமும் சுமார் 44 லட்சம் டன் மீன்வளத்தை நமது கடலிலிருந்து அறுவடை செய்ய முடியும். ஆனால், நாம் இப்போது சராசரியாக 30 லட்சம் டன் மீன்களை மட்டுமே அறுவடை செய்கிறோம்.

இந்தியாவின் பிரத்தியேக பொருளாதார மண்டலத்தையும், அதன் மீன்வளத்தையும், மீனவர்களையும் பாதுகாப்பதற்குப் போதுமான சட்டங்களும் நம்மிடம் இல்லை. எனவே, இந்திய மீன்வளத்தையும், மீனவர்களையும் பாதுகாப்பதற்கான சட்டம் அவசியமாக இருக்கிறது. இந்தியாவில் நடைமுறையில் இருப்பது, வெளிநாட்டுக் கப்பல்களுக்கான "இந்தியாவின் கடல்சார் மண்டலங்கள் (வெளிநாட்டுக் கப்பல்களால் மீன்பிடித்தலை ஒழுங்குபடுத்துதல்) சட்டம், 1981" மட்டுமே. இருப்பினும் கடந்த 30 வருடங்களாக கடலை எல்லையாகக் கொண்ட ஒவ்வொரு மாநிலத்திலும் "கடல் மீன்வள ஒழுங்குமுறைச் சட்டம்" நடைமுறையில் இருக்கிறது. ஆனால், இந்த சட்டம் பன்னிரெண்டு நாட்டிகல் மைல் தொலைவு வரையிலானது.

2017ஆம் வருடம் "கடல் மீன்வள தேசியக் கொள்கை" என்னும் அறிவிப்பை மத்திய அரசு வெளியிட்டது. அதில் முக்கியமாக, பிரத்தியேக பொருளாதார மண்டலத்திற்கான தேசிய மீன்வள சட்டத்தை கொண்டுவருவதாக சொல்லப்பட்டுள்ளது. அதன் அடிப்படையில், இந்திய தேசிய "கடல் மீன்வள (ஒழுங்குமுறை மற்றும் மேலாண்மை) மசோதா, 2019"-வை மத்திய அரசு கொண்டுவந்தது. தற்போது, திருத்தப்பட்ட இரண்டாவது மசோதாவை (இந்திய கடல் மீன்வள மசோதா, 2021) வெளியிட்டிருக்கிறது. முதல் வரைவை ஒப்பிடும்போது, இந்த புதிய மசோதா சிறப்பானதாக இருந்தபோதிலும், இதன் பல விதிகள் மீனவர்களின் நலனுக்கு முற்றிலும் எதிராக இருக்கிறது. அதுபோல் பல விதிகள் தெளிவில்லாமலும் இருக்கிறது.

15(2) இயந்திரம் பொருத்தப்படாத மீன்பிடிக்கலன்கள் உரிமம் இல்லாமல் மீன்பிடிக்க அனுமதியும், 17(1) இந்திய மீன்பிடிக்கலங்கள் (இயந்திரம் பொருத்தப்பட்ட மற்றும் பொருத்தப்படாத) உரிமம் வழங்க விண்ணப்பிக்க வேண்டுமென்றும், 17(2) விண்ணப்பிக்கும்போது பரிந்துரைக்கப்படக்கூடிய கட்டணங்களுடன் இருக்கவேண்டுமென்று, மூன்று விதிகளும் முரணாக இருக்கிறது.

அங்கீகரிக்கப்பட்ட அதிகாரி, ஓர் இந்திய மீன்பிடிக்கலன் பிரிவு 6 விதிமுறையை மீறியதாக காரணம் இருந்தால் 23(4)-ன் படி எந்த மீன்பிடிப்பையும் அல்லது மீன்பிடி சாதனங்களையும் பறிமுதல் செய்யக்கூடாது. ஆனால், 23(5)-ன் படி மீன்பிடிபடகை கைப்பற்றலாம். அதிகாரி தான் விரும்பிய இடத்திற்கு படகைக் கொண்டு செல்லலாம்.

17(2) ஒவ்வொரு விண்ணப்பப் படிவமும் பரிந்துரைக்கப்பட்ட கட்டணங்களுடன் இருக்கவேண்டும். மீன்பிடி கலன்கள், அவற்றின் வகைகள் மற்றும் பரப்பளவு அல்லது செயல்படும் கடற்பகுதிகளின் அடிப்படையில் உரிமத்திற்கான வெவ்வேறு கட்டணங்கள் பரிந்துரைக்கப்படலாம்.

17(3) மாநில அரசுகளுடன் கலந்தாலோசித்த பிறகு துணைப்பிரிவு (2)-ன் கீழ் உரிமத்திற்கான கட்டணத்தை மத்திய அரசு தீர்மானிக்கும்.

38(1) அதிகாரபூர்வ அதிகாரி அல்லது தீர்ப்பு வழங்கும் அதிகாரி அல்லது மேல்முறையீட்டு அதிகாரியாக நியமிக்கப்பட்டுள்ள எந்த அதிகாரியும் இச்சட்டத்தை நிறைவேற்றும் பொருட்டு அவரது கடமையை செய்வதற்காகவும், நல்லெண்ண அடிப்படையிலும் மேற்கொண்ட நடவடிக்கைகளுக்கு எதிராக அவர் மீது வழக்குத் தொடரவோ அல்லது குற்றம் சுமத்தவோ முடியாது.

38(2) இந்த சட்டத்தின் விதிகளின்படி நல்லெண்ணத்தில் செய்யப்பட்ட அல்லது செய்யப்பட விரும்பும் எந்தவொரு சேதத்திற்கும் அல்லது ஏற்படக்கூடிய எந்தவொரு சேதத்திற்கும் அரசாங்கத்திற்கு எதிராக எந்த வழக்கோ அல்லது பிற சட்ட நடவடிக்கைகளோ எடுக்க முடியாது.

20(2) சட்டப்பிரிவின் கீழ் மத்திய அரசானது ஒரு அறிவிப்பின் மூலம், இயந்திரம் அல்லாத மீன்பிடிக்கலன்கள், இயந்திரம் பொருத்தப்பட்ட மீன்பிடிக்கலன்கள், அறிவியல் ஆராய்ச்சி ஆய்வுக்கலன்கள் மற்றும் பிற வகை மீன்பிடிக்கலன்களுக்கு கட்டண விதிப்பிலிருந்து விலக்கு அளிக்கும். [கட்டண விலக்கை இந்த மசோதாவில் தெளிவாக குறிப்பிடவேண்டும்.]

"கடல் மீன்வள தேசியக் கொள்கை" அறிக்கை வெளிவந்து மூன்று வருடங்களான போதிலும், அறிக்கையில் சொல்லப்பட்டிருக்கும் மீனவர்கள் நலன் சார்ந்த எந்த திட்டங்களும் நடைமுறைப்படுத்தவில்லை என்பது வருத்தத்திற்குரியது.

தேசியக் கொள்கை அறிக்கையில் சொல்லப்பட்டிருக்கும் முக்கியமான திட்டங்கள்:

1. **மீன்களின் இருப்பிடம் குறித்த தகவல் மீனவர்களுக்கு தெரியப்படுத்தப்படும்:** 2017ஆம் வருடம் மத்திய கடல்வள ஆய்வு நிறுவனம் (Central Marine Fisheries Research Institute) கணவாய் மீன்களின் பெருமடை குறித்த ஒரு ஆய்வை வெளியிட்டது.

   இந்திய எல்லைக்கு உட்பட்ட கடல்பரப்பில் ஒரு சதுர கிலோமீட்டருக்கு 4.2 முதல் 92.8 டன் என்ற விகிதத்தில் மொத்தம் 25.2 லட்சம் டன் கணவாய் மீன்கள் இருப்பதாக தெரிவித்தது.

   கணவாய் மீன்கள் குறித்த ஆய்வுகள் 2016இல் மேற்கொள்ளப் பட்டிருந்தது. ஜனவரி 13, 2017ஆம் நாள் CMFRI நிறுவனம் அறிக்கையை வெளியிட்டிருக்கிறது. கணவாய் மீன்களின் ஆயுட்காலம் 2 வருடங்கள் என்று கொண்டாலும் 2019 ஜனவரி மாதத்துடன் அந்த இடங்களிலிருந்த கணவாய் மீன்கள் முதிர்ச்சியடைந்திருக்கும். மீனவர்களுக்கு இந்த ஆய்வு குறித்த செய்திகளை, 2019 ஜனவரி மாதத்திற்குப் பிறகுதான் தெரியப்படுத்தியிருக்கிறார்கள். உரிய நேரத்தில் கணவாய் மீன்கள் குறித்து மீனவர்களுக்கு எந்தவிதத் தகவலும் தெரியப்படுத்தவில்லை.

2. **மீன்பிடிப்பை ஊக்கப்படுத்துவதற்காக மீனவர்களுக்கு புதிய திட்டங்கள் அமல்படுத்தப்படும்:** இதுவரை எந்த விதமான திட்டங்களும் நடைமுறைப் படுத்தப்படவில்லை. "பிரதான் மந்திரி மல்சிய யோஜனா" திட்டமும் இன்னும் நடைமுறைக்கு வரவில்லை.

3. **அனைத்து விசைப் படகுகளுக்கும் கப்பல் கண்காணிப்புக் கருவிகள் வழங்கப்படும்:** முதற்கட்டமாக ஒருசில படகுகளுக்கு சேட்டிலைட் அலைபேசிகள் கொடுக்கப்பட்டுள்ளது. ஆனால், எந்தப் படகுகளுக்கும் இதுவரை கப்பல் கண்காணிப்புக் கருவிகள் (S-AIS) வழங்கப்படவில்லை என்பது வருத்தத்திற்குரியது. உரிய நேரத்தில் இந்தக் கருவிகளை வழங்கியிருந்தால் ஒக்கி பேரழிவை முற்றிலுமாகத் தடுத்திருக்க முடியும்.

4. கடலில் கொட்டப்படும் நெகிழி (பிளாஸ்டிக்) போன்ற மாசுப்பொருள்களால் ஏற்படும் சூழலியல் கேட்டினால் கடல் வளம் அழிகிறது. இதைத்தடுக்க நடவடிக்கை எடுக்கப்படும்: கடலில் கலக்கும் / கொட்டப்படும் இரசாயனம் மற்றும் நெகிழி போன்ற மாசுப்பொருள்களை தடுக்க இதுவரை எந்தவித நடவடிக்கைகளும் எடுக்கப்படவில்லை.

5. **நபார்ட் வங்கி வழியாக மீனவர்களுக்கு கடன் வழக்கப்படும்:** இதுவரை மீனவர்களுக்கு வங்கிக்கடன் கொடுப்பதற்கான நடவடிக்கைகள் எதுவும் மேற்கொள்ளப்படவில்லை.

எனவே, மேற்சொன்ன விவரங்களின் அடிப்படையில், இந்த மசோதாவில் மாற்றங்கள் தேவை. இதை இப்படியே சட்டமாக்குவது சிக்கலையும், மீனவர்களுக்கும் அரசாங்கத்திற்கும் பாதிப்பையும் பேரிழப்பையுமே உருவாக்கும்.

- கிறிஸ்டோபர் ஆன்றணி

இந்திய கடல் மண்டலங்கள்

இந்த மசோதா, இந்திய பிரத்தியேக பொருளாதார மண்டலம் மற்றும் பன்னாட்டு கடல்வெளிகளுக்கானது. இந்தியாவின் கடல் மண்டலங்கள் "கரைக்கடல், கண்டத்திட்டுகள், பிரத்தியேக பொருளாதார மண்டலம் மற்றும் பிற கடல் மண்டல சட்டம், 1976" என்னும் சட்டத்தில் வரையறுக்கப்பட்டுள்ளது.

கரைக்கடல் *(Territorial Water)*: கரைக்கடல் வரம்பு என்பது இந்திய நிலப்பரப்பின் எல்லையிலிருந்து பன்னிரண்டுகடல் மைல் தொலைவு தூரத்திற்குள் இருக்கும் பகுதிகள். இந்தியாவின் கரைக்கடல் எல்லை வரையிலான கடற்பரப்பும் மற்றும் அதற்கு கீழிருக்கும் நிலப்பரப்பும் அத்தகைய நீர்நிலைகளுக்கு மேலிருக்கும் வான்வெளி வரையிலான அனைத்தும் இந்தியாவின் இறையாண்மைக்கு உட்பட்ட பகுதிகள். சர்வதேச சட்டம் மற்றும் பக்கத்து நாட்டின் நடைமுறையை கருத்தில் கொண்டு, இந்த எல்லையை பாராளுமன்றத்தின் ஒப்புதலுடன், தேவை ஏற்படும்போது, மாற்ற முடியும்.

அண்மைக்கடல் *(Contiguous Water)*: அண்மைக்கடல் வரம்பு என்பது இந்திய நிலப்பரப்பின் எல்லையிலிருந்து, கரைக்கடல் உட்பட, இருபத்து நான்குநாட்டிகல் மைல் தொலைவு தூரத்திற்குள் இருக்கும் பகுதிகள். இந்தியாவின் அண்மைக்கடல் எல்லை வரையிலான கடற்பரப்பும் மற்றும் அதற்கு கீழிருக்கும் நிலப்பரப்பும் அத்தகைய நீர்நிலைகளுக்கு மேலிருக்கும் வான்வெளிவரையிலான அனைத்தும் இந்தியாவின் இறையாண்மைக்கு உட்பட்ட பகுதிகள். சர்வதேச சட்டம் மற்றும் பக்கத்து நாட்டின் நடைமுறையை

கருத்தில் கொண்டு, இந்த எல்லையை பாராளுமன்றத்தின் ஒப்புதலுடன், தேவை ஏற்படும்போது, மாற்றமுடியும். இந்த எல்லையில் இந்தியாவின் பாதுகாப்பிற்கு வெளிநாட்டுக் கப்பல்களால் பாதிப்பு ஏற்பட்டால், இந்தியா தனது அதிகார பலத்தை பிரயோகிக்க உரிமையுண்டு. [அண்மைக் கடலுக்கு அப்பாற்பட்ட கடற்பரப்பு ஆழ்கடல் என்று பொதுவாக அழைக்கப்படுகிறது.]

சில வருடங்களுக்கு முன் என்ரிகா லெக்சி என்னும் இத்தாலியக் கப்பலின் பாதுகாப்பு வீரர்கள், புனித அந்தோனியார் படகிலிருந்த பிங்கி மற்றும் வேலண்டின் என்னும் இரண்டு இந்திய மீனவர்களை சுட்டுக் கொன்றது நினைவிருக்கலாம். இந்த சம்பவம் அண்மைக்கடலில், 20 நாட்டிகல் மைல் தொலைவில் நடந்ததால், இந்திய மீனவர்களை சுட்டுக்கொன்றவர்களை கைதுசெய்ய முடிந்தது என்பது குறிப்பிடத்தக்கது.

கண்டத்திட்டுகள் (Continental Shelf): இந்தியாவின் கண்டத்திட்டுகள் என்பது இந்தியாவின் நிலப்பரப்பின் இயற்கையான வெளிப்புற விளிம்பில் அல்லது அடிவாரத்தில் இருந்து கரைக்கடல் பகுதிக்கும் அப்பால், இருநூறு கடல்மைல் தூரம்வரை நீண்டுள்ள கடலின் அடிப்பகுதியும், அதற்கு கீழிருக்கும் மண்ணடியையும் குறிக்கும்.

பிரத்தியேக பொருளாதார மண்டலம் (Exclusive Economic Zone): பிரத்தியேக பொருளாதார மண்டலம் என்பது இந்திய நிலப்பரப்பின் எல்லையிலிருந்து, கரைக்கடல் மற்றும் அண்மைக்கடல் உட்பட, இருநூறு நாட்டிகல் மைல் தொலைவு தூரத்திற்குள் இருக்கும் பகுதிகள். சர்வதேச சட்டம் மற்றும் பக்கத்து நாட்டின் நடைமுறையை கருத்தில்கொண்டு, இந்த எல்லையை பாராளுமன்றத்தின் ஒப்புதலுடன், தேவை ஏற்படும்போது, மாற்றமுடியும்.

பன்னாட்டுக் கடல் (High Seas): இந்தியாவின் பிரத்தியேக பொருளாதார மண்டலத்திற்கு வெளியில், இந்திய நிலப்பரப்பின் எல்லையிலிருந்து இருநூறு நாட்டிகல் மைல்களுக்கு வெளியில், வேறு நாட்டின் பிரத்தியேக பொருளாதார மண்டலத்திற்கு உட்படாத கடற்பரப்பு. இந்த பிராந்தியத்தில் இயங்கும் கப்பல்கள் எந்த நாட்டின் கொடியை ஏற்றியிருக்கின்றதோ, அந்த நாட்டின் அதிகார வரம்பிற்கு உட்பட்டவை.

சரித்திரபூர்வ நீர்நிலைகள் (Historic Waters): வரலாற்றுக் காலம்தொட்டு, பன்னெடுங்காலமாக, ஆக்கிரமிப்பு அல்லது பயன்பாட்டின் அடிப்படையில், ஒரு நாட்டின் இறையாண்மை உரிமை கோரலுக்கு உட்பட்ட கடல் நீர். சில நேரங்களில் இது இரண்டு நாடுகளுக்குப் பொதுவானதாகவும் இருப்பதுண்டு.

இந்திய மீன்பிடிக் கப்பல்கள்

இந்திய மீன்பிடிக்கப்பல் என்பது விதி 2(m)இல் 'வணிகக் கப்பல் சட்டம், 1958' சட்டத்தின் கீழ் அல்லது நடைமுறையில் இருக்கும் வேறு ஏதேனும் சட்டத்தின் விதிகளின் கீழ் பதிவு செய்யப்பட்ட மீன்பிடிக் கலன்கள் என்று தெளிவில்லாமல் வரையறுக்கப்பட்டுள்ளது.

'வணிகக் கப்பல் சட்டம், 1958' சட்டத்தின்படி [3(12), 3(18), 22(2), 435B] இந்திய மீன்பிடிக் கப்பல் என்பது

1. *'வணிகக் கப்பல் சட்டம், 1958' சட்டத்தின் கீழ் பதிவு செய்யப்பட்ட ஒரு கப்பல்.*
2. *உந்துவிசை இயந்திரத்தைப் பயன்படுத்தி, லாப நோக்கத்திற்காக மட்டுமே மீன்பிடிப்பில் ஈடுபடும் கப்பல்கள். ஒரு கப்பல் என்றால் என்ன என்பது இந்த மீன்வள மசோதாவின் விதி 2(j)இல் வரையறுக்கப்பட்டுள்ளது.*

மீன்பிடிக்கலன்கள் என்பவை கடலில் மீன்பிடிக்க அது சார்ந்த நடவடிக்கைகளில் இயந்திரமாக்கப்பட்ட அல்லது இயந்திரமயமாக்கப்படாத ஒரு கப்பல் அல்லது படகு ஆகும்.

மேற்சொன்ன வரைமுறைகளைக்கொண்டு பார்த்தால், கனரக இயந்திரங்கள் மூலம் இயங்கும் ஆழ்கடல் விசைப்படகுகள், வெளிப்பொருத்து இயந்திரங்களைப் பயன்படுத்தும் வள்ளங்கள் மற்றும் கட்டுமரங்கள் அனைத்தும் கப்பல்கள் என்னும் வரையறைக்குள் வருகிறது.

பகுதி 15 "வணிகக் கப்பல் சட்டம், 1958"இன் கீழ் பதிவு செய்யப்படாத எந்த மீன்பிடிக் கப்பல்களுக்கும் அனுமதி வழங்கப்பட மாட்டாது என்று தெளிவாகச் சொல்கிறது. இதை எந்த விதத்திலும் ஏற்றுக்கொள்ள முடியாது. இதன்படி வெளிப்பொருத்து இயந்திரம் பயன்படுத்தும் கட்டுமரங்கள், வள்ளங்கள், பைபர் படகுகள் அனைத்தும் வணிகக்கப்பல் சட்டத்தின் கீழ், தங்களை கப்பல்களாகப் பதிவு செய்தால் மட்டுமே பிரத்தியேக பொருளாதார மண்டலத்தில் (12 நாட்டிகல் மைல்களுக்கு வெளியில்) மீன்பிடிக்க முடியும்.

மீன்வள மசோதாவில் 'வணிகக் கப்பல் சட்டம்' சட்டத்தை உள்நுழைப்பதே தவறானது. மீன்வள மசோதாவில் பயன்படுத்தப்பட்டிருக்கும் 'வணிகக் கப்பல் சட்டம், 1958' சட்டத்தின் அனைத்து விதிகளையும் முற்றுமுழுதாக அகற்ற வேண்டும். மீன்வள மசோதா, வேறு சட்டங்களின் துணையின்றி தனித்து இருக்கவேண்டும். "இந்திய மீன்பிடிப் படகுகள்" என்னவென்பதை இந்த மசோதாவில் தனியாக விளக்கவேண்டும்.

கடல் வெப்பநிலை உயர்வு காரணமாக, மீன்கள் தொடர்ந்து ஆழ்கடல் நோக்கி நகர்ந்து கொண்டிருக்கின்றன. ஒரு சில வருடங்களுக்கு முன்புவரை கட்டுமரம் மற்றும் பாய்மரங்களில் மூங்கில் துடுப்பு கொண்டு மீன்பிடித்துக் கொண்டிருந்த மீனவர்கள், மூங்கில் துடுப்பைப் பயன்படுத்தி ஆழ்கடலுக்குச் செல்லமுடியாத காரணத்தால், தற்போது அவர்களின் கட்டுமரங்களில் வெளிப்பொருத்து இயந்திரங்களைப் பயன்படுத்தி ஆழ்கடல் செல்கிறார்கள். வெளிப்பொருத்து இயந்திரம் பயன்படுத்தவில்லையென்றால், அவர்களால் தொழிலுக்குச் செல்லமுடியாது.

நான்கு மரக்கட்டைகளை கயிற்றால் கட்டி ஒன்றிணைக்கப்பட்ட கட்டுமரங்களை கப்பல்களாகவும், ஒரு தனிமனிதர் கட்டுமரத்தில் மீன்பிடித்தால், அவர் கப்பல் முதலாளியென்றும் சட்டங்களும் மசோதாக்களும் வரையறைசெய்து, அவர்களிடமிருந்து கட்டணங்களை வசூலிப்பதும் பாவச்செயல்.

விதி 15 மற்றும் 17இன் படி, கடலில் மீன்பிடிக்கும் அனைத்து படகுகளும் அரசிடம் பதிவு செய்யப்பட வேண்டும் என்பதில் எந்தவித மாற்றுக் கருத்துமில்லை. இது பேரிடர் காலங்களில் உதவி மற்றும் மேலாண்மை செய்ய வசதியாக இருக்கும்.

ஆனால், அதற்கான சரியான வரைமுறைகள் புதிய மசோதாவில் குறிப்பிடப்பட வேண்டும். சிறுமீனவர்களின் தொழில் முறையும் நோக்கமும், பெரும்வணிகக் கப்பல்களின் தொழில் முறையும் நோக்கமும் வெவ்வேறானவை. எனவே, இரண்டையும் ஒன்றாக வரையறுப்பது தவறு.

வெளிப்பொருத்து இயந்திரம் பயன்படுத்தப்படும் வள்ளம் மற்றும் கட்டுமரங்களும் கப்பல்களாக கணக்கில் கொள்ளப்பட்டு பதிவு செய்யப்பட்டால் மட்டுமே மீன்பிடி உரிமங்கள் கொடுக்கப்படுமென்று சொல்வது, கத்தரிக்காய், வெண்டைக்காய் பயிரிடும் விவசாயிகள், கம்பெனிகள் சட்டத்தின் கீழ் தங்களைப் பதிவு செய்ய வேண்டுமென்று சொல்வதற்குச் சமம். அரசு உரிமங்களைப்பெற அரசு அதிகாரிகளின் பின்னால் அலைய வைக்கிறது இந்த மசோதா.

இது பெரும் லஞ்ச ஊழலுக்கு வழிவகுக்கும். அதுபோல், கடலில் ஏற்படும் அசம்பாவிதங்களுக்கும், பேரிடர் காலங்களில் ஏற்படும் இழப்புக்கும், மீனவர்களுக்குக் கிடைக்கும் அரசு இழப்பீடு கிடைக்காமல் செய்துவிடும் வாய்ப்பும் இருக்கிறது. காரணம், வணிகக் கப்பல்களுக்கு அரசு இழப்பீடு இருப்பதாகத் தெரியவில்லை. வணிகக்கப்பல்களுக்கு வங்கிக் கடனும், ஆயுள்காப்பீடும் கண்டிப்பாக இருக்கும். மீனவர்களின் விசைப்படகுகளுக்கு வங்கிக்கடன் நினைத்துப் பார்க்க முடியாதபோது, ஆயுள்காப்பீடு எங்கிருந்து வரும். [தமிழ்நாடு அரசு, மீனவர்களின் படகுகளுக்கு உரிமம் வழங்கும்போது, கட்டணங்களுடன் படகிற்கான காப்பீட்டுத்தொகையையும் வசூலிக்கின்றது என்பதைச் சொல்லியாகவேண்டும்]

ஆழ்கடலில் மோட்டார் விசைப்படகுகளுடன் சிறியவகை வெளிப்பொருத்து இயந்திர பைபர் படகுகளையும் துணைக்கு கொண்டு செல்வதுண்டு. இவை, மீன்பிடிக்கவும், துண்டில் மற்றும் வலை போன்றவற்றிற்கு உதவிபுரியவும், வேறு விசைப்படகுகளை தொடர்புகொள்ளவும் பயன்படுத்தப் படுகிறது. சில மோட்டார் விசைப்படகுகளில் இரண்டு வெளிப்பொருத்து இயந்திரப் படகுகளையும் துணைக்குக் கொண்டு செல்வதுண்டு. தூண்டில் பயன்படுத்தி மீன்பிடிப்பதற்கு சிறிய வகை படகுகள் மிகச்சிறந்தவை. இந்த புதிய மசோதாவின்படி, வெளிப்பொருத்து இயந்திர படகையும் வணிகக்கப்பல் சட்டத்தின் கீழ் பதிவு

செய்யவேண்டும். அதுபோல், இந்தத் துணைப்படகுகளும் கப்பல்களாகவே கருதப்படும்.

இதில் முக்கியமாகக் கவனிக்கவேண்டியது, கனரக மோட்டார் பயன்படுத்தும் ஆழ்கடல் விசைப்படகுகள் அனேகமும் பன்னாட்டுக் கடல்வெளியில், இருநூறு நாட்டிகல் மைல் தொலைவிற்கு வெளியில் மீன்பிடிப்பில் ஈடுபட்டுள்ளது குறிப்பிடத்தக்கது. எனவே, இந்த மசோதா, கரைக்கடலில் மீன்பிடிக்கும் சிறியவகை மீனவர்களின் வாழ்வாதாரத்திற்கும், நலனிற்கும் முற்றிலும் எதிரானது.

கனரக மோட்டார் படகுகள், வெளிப்பொருத்து இயந்திரம் பயன்படுத்தும் பிளைவுட் படகு, வள்ளம் மற்றும் கட்டுமரங்களுக்கு புதிய எல்லைகள் வகுக்கவேண்டும். எந்தெந்த எல்லைகளுக்குள் விசைப்படகுகள் எந்தவிதமான மீன்களை பிடிக்கவேண்டும் என்பதையும், எந்தவிதமான மீன்பிடி சாதனங்களைப் பயன்படுத்தவேண்டுமென்பதையும் மறுவரையறை செய்யவேண்டும். குறிப்பாக அண்மைக்கடல் பகுதியின் எல்லையை அதிகரித்து இழுவை மடிகளையும் செயற்கை விளக்கொளியைப் பயன்படுத்தி மீன்பிடிப்பதையும் தடைசெய்யவேண்டும். இந்த எல்லையை குறைந்த பட்சம் ஐம்பது நாட்டிகல் மைல்களாக விரிவாக்கவேண்டும். இந்த எல்லைக்குள் சிறியவகை மீனவர்கள் அவர்களுக்கு விருப்பமான மீன்களை பாரம்பரிய முறையில் பிடித்துக் கொள்ளட்டும்.

வணிகக்கப்பல்களின் போக்குவரத்தை விரிவு படுத்துவதற்காக, கடற்கரையிலிருந்து பதினைந்து முதல் நாற்பது நாட்டிகல் மைல்கள் வரை அரபிக்கடலில் புதிய வழித்தடம் உருவாக்கவிருப்பதாகச் சொல்லப்படுகிறது. இந்த வழித்தடத்தை எந்த ஆய்வை அடிப்படையாக வைத்து தீர்மானித்திருக்கிறார்கள் என்று தெரியவில்லை. பதினைந்து முதல் நாற்பது நாட்டிகல் மைல்கள் வரையிலான கடற்பரப்பில்தான், பாரம்பரிய அண்மைக்கடல் மீனவர்கள் மீன்பிடிக்கிறார்கள். இந்த புதிய வழித்தடம் அண்மைக்கடல் பகுதியை ஆதாரமாகக் கொண்டிருக்கும் பாரம்பரிய மீனவர்களின் வாழ்வாதாரத்தை ஒட்டுமொத்தமாக அழித்துவிடும்.

நம் நாட்டில் கப்பல்கள் மீனவர்களின் படகுகளை மோதிவிட்டு ஓடுவது (hit and run) சமீபகாலமாக அதிகரித்திருக்கிறது. அதற்கான

தீர்வுகள் இன்னும் மேற்கொள்ளப்படவில்லை. இந்த புதிய கப்பல் வழித்தடம் மீனவர்களின் உயிருக்கும் உடைமைக்கும் எமனாகவே இருக்கும். எனவே, புதிதாக மறுவரைசெய்யும் எல்லைக்குள் மீன்பிடி மற்றும் போக்குவரத்துக் கப்பல்களை முற்றிலும் தடைசெய்ய வேண்டும். குறிப்பாக, குறைந்தது ஐம்பது நாட்டிகல் மைல்களுக்கு வெளியில் கப்பல் போக்குவரத்துப் பாதைகள் இருப்பதை அரசு உறுதிசெய்யவேண்டும்.

வணிகக்கப்பல்கள் சட்டத்தின் கீழ் பதிவு செய்த, இருபது மீட்டர் நீளத்திற்கும் அதிகமான, இந்திய மீன்பிடிக் கப்பல்களை அண்மைக்கடல் பகுதிக்குள் மீன்பிடிப்பதற்கு ஒருபோதும் அனுமதிக்கக் கூடாது.

விதி17(6)(i) "மீன்பிடிக்கலனில் செல்வதற்கான தகுதி மற்றும் பாதுகாப்பு மற்றும் பராமரிப்பு விதிமுறைகள் 1958இன் படியும்; மற்றும் சட்டம் ஒழுங்கைப் பராமரித்தல் அல்லது பொது நலன் சார்ந்த வேறு எந்த விஷயங்களும்" என்று உரிமம் வழங்கும் அதிகாரியின் அதிகாரத்தை சொல்கிறது.

கப்பல்கள், விசைப்படகுகள் மற்றும் வெளிப்பொருத்து இயந்திரம் பயன்படுத்தும் வள்ளங்கள் மற்றும் கட்டுமரங்கள் பாதுகாப்பாக இருக்கின்றதா என்று ஆய்வுசெய்வது வரவேற்கத்தக்கது. ஆனால், படகுகளின் தரம், அளவு மற்றும் அதன் வகையை அடிப்படையாகக் கொண்டு ஆய்வுகளின் வரையறைகளை தெளிவாக வரையறுக்க வேண்டும். இல்லையேல், சரிபார்க்கும் அரசு அதிகாரிகளின் பார்வையைப் பொறுத்தே ஒப்புதல் கிடைக்கும். இது இடைத்தரகர்களை ஊக்குவித்து, லஞ்ச ஊழலை அதிகரிக்கும். வெளிப்பொருத்து இயந்திரம் பொருத்தப்பட்ட கட்டுமரத்திற்கும் வணிகக் கப்பலுக்கும் ஒரே அளவீடு என்பது ஏற்றுக்கொள்ள சிறிது கடினமாக இருக்கிறது.

அனைத்து துறைமுகங்களிலும் படகுகளை பதிவுசெய்வதற்கான ஏற்பாடுகளைச் செய்யவேண்டும்.

தேங்காய்ப்பட்டணம் துறைமுகத்தை மையமாகக்கொண்டு மீன்பிடிக்கும் படகு, அதன் உரிமையாளர் தேங்காய்ப்பட்டணம் துறைமுக எல்லைக்குள் வசித்தாலும், குளச்சல் துறைமுகத்திற்குச் சென்று பதிவுசெய்ய வேண்டியிருக்கிறது. இது எந்த விதத்திலும் ஏற்புடையதல்ல. மட்டுமல்லாது, இந்திய மீன்பிடிப்படகுகள்,

தாங்கள் விரும்பும் இந்தியாவின் எந்த துறைமுகத்திற்கும் சென்று தங்கள் படகுகள் நல்லநிலையில் இருப்பதை உறுதிசெய்து சான்றிதழ் பெறுவதற்கான கட்டமைப்பை உருவாக்கவேண்டும்.

தற்போதைய சூழலில், கல்கத்தா, சென்னை, கொச்சி, மும்பை மற்றும் போர்பந்தர் போன்று வெளிமாநிலத்தில் மீன்பிடிக்கும் கன்னியாகுமரி மாவட்டத்தைச் சார்ந்த விசைப்படகுகள், தங்கள் படகுகளை ஆய்வுசெய்து தரச்சான்றிதழ்கள் பெறுவதற்கு, குளச்சல் மற்றும் தேங்காய்ப்பட்டணம் போன்ற உள்ளூர் துறைமுகங்களுக்கு வரவேண்டியிருக்கிறது. ஒருமாதம் வரை இந்த சரிபார்க்கும் நடவடிக்கைகளுக்காக வீணாகிறது. இதனால், ஒவ்வொரு படகிற்கும் பல லட்சம் ரூபாய் பொருளாதார இழப்பு ஏற்படுகிறது. இதற்கான நிரந்தரத் தீர்வை இந்த புதிய மசோதாவின் வழியாக ஏற்படுத்தவேண்டும்.

இந்திய ஆய்வுக் கப்பல்கள்

விதி 18இன் படி, மீன்வளம் தொடர்பான அறிவியல் ஆராய்ச்சி, மற்றும் பொழுதுபோக்கிற்காக மீன்பிடிக்கும் கப்பல்களுக்கும் மத்திய மாநில அரசுகள் அனுமதியளிக்கலாம். ஆனால், அவர்களுக்கான விதிமுறைகள் இன்னும் உருவாக்கப்படவில்லை. அதுபோல், தவறுசெய்யும் பொழுதுபோக்கு மற்றும் ஆய்வுக்கப்பல்களுக்கான தண்டனைகளும் அபராதங்களும் இந்த மசோதாவில் குறிப்பிடப்படவில்லை.

மீன்வளத்தை பாதிக்கும் செயல்பாடுகளுக்கு, குறிப்பாக கடலாழத்தில் செய்யப்படும் கனிம வள ஆய்வுகளில் ஈடுபடும் தனியார் நிறுவனங்களுக்கு எந்தவித வரைமுறைகளும், அவர்களைக் கையாளும் விதங்களும் தெளிவான முறையில் குறிப்பிடப்படவில்லை. எனவே, புதிய மசோதாவை மீனவர்களுக்கு எதிரான ஒருதலைப்பட்சமானதாகவே எடுத்துக்கொள்ள வேண்டும்.

விதி 3(j) மற்றும் 15இன் கீழ் அனைத்து ஆய்வு மற்றும் பொழுதுபோக்குக் கப்பல்களையும் இந்தச் சட்டத்தினுள் கொண்டுவந்து மீனவர்களுக்கு இணையாக, மீனவர்களைப்போல் அவர்களுக்கான தண்டனைகளும் தெளிவாகச் சொல்லப்பட வேண்டும்.

கடலில் மேற்கொள்ளப்படும் கட்டுப்பாடற்ற ஆய்வுகள் கடல் சுற்றுச்சூழலை பாதிப்பதுடன் கடல்வளத்தையும் வெகுவாகப் பாதிக்கிறது. அரபிக்கடலில், தரமான சுண்ணாம்பு

சேறு மற்றும் கட்டுமானத்திற்கு தேவையான கடல்மணல் பெருமளவில், இந்திய பிரத்தியேக பொருளாதார மண்டல கடல் எல்லைக்குள், இருப்பதாகக் கண்டறியப்பட்டுள்ளது. இவற்றை அகழ்ந்தெடுக்க ஒருபோதும் அனுமதிக்கக்கூடாது. இவற்றை அகழ்ந்தெடுப்பதால் ஏற்படும் விளைவுகள் இன்னும் ஆராயப்படவில்லை. கடற்கரைகளில் மணல் அகழ்வதினால், கிராமங்கள் கடலில் மூழ்குவதை கண்கூடாகப் பார்த்துக் கொண்டிருக்கின்றோம். கடலில் சுண்ணாம்பு மற்றும் கடல்மணலை அகழ்வது கடல் சூழலியலுக்கு மிகுந்த சவாலாகவே இருக்கும்.

“ஆழ்கடல் திட்டம்” (Deep Ocean Mission) என்னும் புதிய திட்டத்தை மத்திய அரசு தற்போது அறிவித்திருக்கிறது. இது ஆழ்கடல் கடலாழத்தின் மண்ணடியில் துளையிட்டு சுரங்கங்களை உருவாக்கி, மாங்கனீஸ், நிக்கல், கோபால்ட், தாமிரம் மற்றும் இரும்பு ஹைட்ராக்சைடு போன்ற கனிமங்கள் இருப்பதை ஆய்வு செய்யும். இதற்காக ஒதுக்கப்பட்டிருக்கும் தொகை சுமார் 8,000 கோடி ரூபாய். இதில் ஒரு பகுதியை ஆழ்கடல் மீனவர்களுக்குத் தேவையான தொலைதொடர்பு சாதனங்களுக்குச் செலவழித்து ஆழ்கடல் மீன்பிடிப்பை ஊக்குவித்தால், இந்தக் கனிமவளங்களை விட அதிகமான பொருளாதார பலன் இந்தியாவிற்குக் கிடைக்கும்.

ஆனால், ஆழ்கடலில் சுரங்கம் ஏற்படுத்துவது கடல்சூழலியலுக்கு மிகுந்த பாதிப்பை ஏற்படுத்துவதுடன், பருவநிலை மாற்றத்தை பன்மடங்கு மோசமாக்கும். கடல்மீது சரியான நிர்வாகம் இல்லாமலிருந்தால், ஆழ்கடல் சுரங்கமானது முழுவாழ்விடங்களையும் உயிரினங்களையும் அகற்றி, நச்சுகளை வெளியிட்டு, ஆயிரக்கணக்கான ஆண்டுகளாக இடையூறாக இல்லாத பகுதிகளில் சூழலியலுக்கு தீங்கை ஏற்படுத்தும் என்று கிரீன்பீஸ் அமைப்பு எச்சரிக்கை விடுத்துள்ளது.

கடலுக்குள் செய்யப்படும் ஆய்வுகளால் ஏற்படும் ஒலிமாசு (அளவுக்கதிகமான பெருத்த ஒலி) காரணமாக, மீன்கூட்டங்களையும், மீன்களின் வளர்ச்சியையும் பெருமளவில் பாதிக்கிறது. முக்கியமாக, திமிங்கலங்களும் டால்பின்களும் வழிதவறி கடற்கரையில் ஒதுங்கி இறக்கின்றன. எனவே, ஆய்வுக்

கப்பல்களுக்கான தண்டனைகள் கடினமானதாக இருக்க வேண்டும்.

கடல் ஆய்வுகளையும், கடலாழத்தில் கனிமங்களை தோண்டியெடுக்கும் கப்பல்களையும், குறைந்தபட்சம் நூறு நாட்டிகல் மைல்களுக்குள் அனுமதிக்கக் கூடாது. அதுபோல், கடலாழ அகழ்வில் ஈடுபடுவதற்கு முன், நமது நாட்டு கடற்பரப்பின் உண்மையான புள்ளிவிவரங்களின் அடிப்படையில் உருவாக்கப்பட்ட சுற்றுச்சூழல் பாதிப்பு ஆய்வறிக்கையை வெளியிட வேண்டும். இனயம் துறைமுகத்தைப் போன்று வெளிநாட்டு நிறுவனங்களை ஆய்வுகள் மேற்கொள்வதற்கு வேலைக்கு அமர்த்தக்கூடாது.

இந்தியாவின் புள்ளிவிவரங்களின் அடிப்படையில், மத்திய ஆய்வு நிறுவனங்களால் இந்த ஆய்வறிக்கைகளை தயாரிக்கவேண்டும். அதுவரையில், எந்தவித ஆய்வுகள் மற்றும் அகழ்வுப் பணிகளுக்கும் அனுமதி கொடுக்கக்கூடாது.

2017ஆம் வருடம் மத்திய கடல்வள ஆய்வு நிறுவனம் (Central Marine Fisheries Research Institute) கணவாய் மீன்களின் பெருமடை குறித்த ஒரு ஆய்வை வெளியிட்டது. இந்திய எல்லைக்கு உட்பட்ட ஒரு சதுர கிலோமீட்டருக்கு 4.2 முதல் 92.8 டன் என்ற விகிதத்தில் மொத்தம் 25.2 லட்சம் டன் கணவாய் மீன்கள் இருப்பதாகத் தெரிவித்தது.

கணவாய் மீன்கள் குறித்த ஆய்வுகள் 2016இல் மேற்கொள்ளப்பட்டிருந்தது. ஜனவரி 13, 2017ஆம் நாள் CMFRI நிறுவனம் அறிக்கையை வெளியிட்டிருக்கிறது. கணவாய் மீன்களின் ஆயுட்காலம் 2 வருடங்கள் என்று கொண்டாலும் 2019 ஜனவரி மாதத்துடன் அந்த இடங்களிலிருந்த கணவாய் மீன்கள் முதிர்ச்சியடைந்திருக்கும். மீனவர்களுக்கு இந்த ஆய்வு குறித்த செய்திகளை, 2019 ஜனவரி மாதத்திற்குப் பிறகுதான் தெரியப்படுத்தியிருக்கிறார்கள். அதுவரை அந்த இடங்களிலிருந்து கணவாய் மீன்களை வேறு மீன்பிடிக்கப்பல்கள் பிடிக்கவில்லையா? இந்திய கடல்வள ஆய்வு நிறுவனத்தின் 2016&17ற்கான ஆண்டு அறிக்கையில் இந்த பெருவாரியான கணவாய் மீன்கள் குறித்த எந்தத் தகவலும் இல்லையே, ஏன்?

அதுபோல், வருடத்திற்கு 6.3 லட்சம் டன் கணவாய் மீன்களை இந்த பகுதிகளிலிருந்து பிடிக்க முடியுமென்றும், செயற்கை விளக்கொளியை பயன்படுத்தி, கணவாய் மீன்பிடிப்பதை இந்த ஆய்வுக்கட்டுரை ஊக்கப்படுத்துகிறது. ஆனால், இழுவைமடிகளில் செயற்கை விளக்கொளியை பயன்படுத்துவது கடல்சூழலியலுக்கு பெரும்பாதிப்பு என்று ஆய்வுகள் திட்டவட்டமாக நிறுவுகின்றன. அதுபோல், நம்முடைய பாரம்பரிய மீனவர்கள் செயற்கை விளக்கொளியை பயன்படுத்துவதில்லை. அப்படியென்றால், யாருடைய லாபத்திற்காக இது போன்ற ஆய்வுகள் மேற்கொள்ளப்படுகிறது?

கணவாய் மீன்கள் மிகக்குறைவான ஆயுட்காலம் கொண்டவை. அவை அதிகபட்சம் இரண்டு வருடங்கள் மட்டுமே உயிர்வாழும். கணவாய் மீன்கள் கடல் சீதோஷணத்திற்கு தங்களை மிக எளிதாக தகவமைத்துக் கொள்பவை. கடல் வெப்பநிலை உயர்வு கணவாய் மீன்களுக்கு சாதகமாக இருக்கிறது. இதன் காரணமாக கணவாய் மீன்கள் ஒவ்வொரு வருடம், கடல் வெப்பநிலை உயரஉயர, அதிகரித்துக் கொண்டேயிருக்கின்றன. எனவே, கணவாய் மீன்களின் இருப்பிடம் குறித்து ஒவ்வொரு வருடமும் ஆய்வறிக்கை வெளியிடப்படவேண்டும்.

செயற்கை விளக்கொளியைப் பயன்படுத்துவதால், மீன்களின் பழக்கவழக்கங்கள் மற்றும் இனப்பெருக்கத்தில் மாற்றமும் பவளப்பாறைகளுக்கு மிகுந்த சேதமும் ஏற்படுகிறது. மடிவலைகள் கொண்டு மீன்களை மொத்தமாக பிடிப்பதனால், மீன்குஞ்சுகள் அதிகமாக பிடிக்கப்பட்டு, மீன்வளத்திற்கு பாதிப்பை ஏற்படுத்தும். கணவாய் மீனிற்கென்று தனியான விளக்கொளி எதுவுமில்லையென்பதால், விளக்கொளியில் அனைத்து மீன்வகைகளும் கூட்டம் சேரும். அதிகப்படியான மீன்களை ஒட்டுமொத்தமாக அள்ளியெடுப்பதால் அந்த குறிப்பிட்ட பகுதியில் மீன்வளம் வெகுவாகக் குறையும்.

விளக்கொளி பயன்படுத்தி மீன்பிடிப்பதற்கான வரைமுறைகளோ, சட்டதிட்டங்களோ எதுவும் இந்திய மற்றும் மாநில அரசுகளிடம் இதுவரை கிடையாது. விளக்கொளியில் மீன்பிடிப்பதைக் கண்காணிக்கும் அமைப்புகள் எதுவும் இந்தியாவில் இல்லை. எனவே, இந்த புதிய மசோதாவில், விளக்கொளியை பயன்படுத்துவதற்கான வழிமுறைகளை

வரையறுக்க வேண்டும். அண்மைக்கடல் பகுதியில், இருபத்து நான்கு நாட்டிகல் மைல்களுக்குள், கனரக மோட்டர் இயந்திர ஆழ்கடல் விசைப்படகுகள் செயற்கை விளக்கொளியை பயன்படுத்துவதை அனுமதிக்கக் கூடாது. இழுவை மடிகளில் விளக்கொளியைப் பயன்படுத்தக் கூடாது. மீன்திரட்டு சாதனங்களில் (*Drifting Fish Aggregating Devices, DFAD*) விளக்குகள் பயன்படுத்தக் கூடாது. இருபத்து நான்கு நாட்டிகல் மைல்களுக்கு வெளியில் சில கட்டுப்பாடுகளுடன் செயற்கை விளக்கொளியைப் பயன்படுத்தலாம். முக்கியமாக, 45மிமீ அதிகமான கண்ணிகள் கொண்ட வலைகளைத் தவிர்க்க வேண்டும். 25 கிலோவாட்டிற்கு அதிகமான விளக்குகளை பயன்படுத்தக்கூடாது. நீருக்கடியில் விளக்கொளியை பயன்படுத்தக் கூடாது.

விளக்கொளியில் மீன்பிடிப்பதை தீவிரமாகக் கண்காணிக்க வேண்டும். மீன்கள் இனப்பெருக்க காலகட்டமான ஏப்ரல் மற்றும் மே மாதங்களில் விளக்கொளி பயன்படுத்தி மீன்பிடிப்பதை ஒட்டுமொத்தமாகத் தடை செய்யவேண்டும். அதுபோல், மீன்களின் இருப்பிடம் மற்றும் மீன்களின் ஆய்வுகளை பொதுமக்களின் நன்மைக்காக சரியான நேரத்தில் வெளியிடாத அரசு அதிகாரிகள் மற்றும் ஆய்வு நிறுவனங்கள் மீது நடவடிக்கைகள் எடுக்கவேண்டும். அதையும் இந்த மசோதாவில் தெளிவாகக் குறிப்பிடவேண்டும்.

வெளிநாட்டு மீன்பிடிக் கப்பல்கள்

வெளிநாட்டுக் கப்பல்கள் இந்திய கடல் எல்லைக்குள் மீன் பிடிப்பதை தடை செய்ய வேண்டுமென்பது மீனவர்களின் நீண்டகால கோரிக்கை. விதி 11-படி வெளிநாட்டுக் கப்பல்களுக்கு இந்திய பிரத்தியேக பொருளாதார மண்டலத்தில் மீன்பிடிக்க அனுமதியை மறுப்பது வரவேற்கத்தக்கது.

உலகின் மொத்த மீன் அறுவடையில் 86% வளர்ச்சியடைந்த நாடுகளான சைனா, தைவான், ஜப்பான், தென்கொரியா மற்றும் ஸ்பெயின் என்னும் ஐந்து நாடுகளின் பங்கு. இவர்கள் சர்வதேசக் கடல் எல்லையில் மட்டுமல்ல, ஏழைநாடுகளின் பிரத்தியேக பொருளாதார மண்டலத்திற்குள் (Exclusive Economic Zone) அதிகளவு மீன்பிடித்தலில் ஈடுபடுகிறார்கள். கடந்த சில வருடங்களாக இந்தியா வெளிநாட்டுக் கப்பல்கள் இந்திய எல்லைக்குள் மீன் பிடிப்பதற்கு அனுமதி கொடுக்கவில்லை என்பது குறிப்பிடத்தக்கது.

2050ஆம் வருடம் உலக மக்கள்தொகை ஆயிரம் கோடிகளாக இருக்குமென்று கணிக்கப்பட்டுள்ளது. வெளிநாட்டுக் கப்பல்கள் அளவுக்கதிகமாக மீன்பிடிப்பதன் காரணமாக, அந்த காலகட்டத்தில் சுமார் 85 கோடி மக்களுக்கு ஊட்டச்சத்து குறைபாடு ஏற்படுவதற்கான வாய்ப்புகள் இருப்பதாக சமீபத்திய ஆய்வு சொல்கிறது. வெளிநாட்டுக் கப்பல்களுக்கு இந்திய அரசு அனுமதி கொடுக்காமல் இருக்கும்வரை நமக்கு பாதிப்பில்லை என்று நம்பலாம்.

ஜப்பான் நாட்டு நிறுவனங்கள் ஆழ்கடல் மீன்பிடிப்பில் தமிழகத்தில் முதலீடு செய்யவிருப்பதாகவும், முதலீட்டாளர்கள்

மாநாட்டிற்கு அழைத்திருப்பதாகவும் தமிழக மீன்வளத்துறை அமைச்சர் கூறியிருந்தார். வெளிநாட்டு நிறுவனங்களுக்கு கடல்சார்ந்த செயல்பாடுகளுக்கு அனுமதியளிப்பது, ஒட்டுமொத்த இந்திய மக்களுக்கும் நல்லதல்ல. ஆழ்கடல் மீன்பிடிப்பில் நம்நாட்டு மீனவர்களை ஊக்கப்படுத்தவேண்டும்.

ஆனால், "கரைக்கடல், கண்டத் திட்டுகள், பிரத்தியேக பொருளாதார மண்டலம் மற்றும் பிற கடல் மண்டல சட்டம், 1976" சட்டம் 7(5)இன் படி, வெளிநாட்டுக் கப்பல்கள் இந்திய அரசின் அனுமதியைப் பெறாமல், பிரத்தியேக பொருளாதார மண்டல ஆய்விலும், மீன்பிடிப்பு, கட்டுமானம் போன்றவற்றில் ஈடுபட முடியாது என்றிருக்கிறது. அப்படியென்றால், அனுமதி பெற்று மீன்பிடிப்பில் ஈடுபடுபட முடியுமா? மீன்பிடி சார்ந்த அனைத்து சட்டங்களிலும் பிரத்தியேக பொருளாதார மண்டலத்தினுள் வெளிநாட்டுக் கப்பல்களுக்கான மீன்பிடி, ஆய்வு மற்றும் அனைத்து பொருளியல் சார்ந்த செயல்பாட்டிற்கும் தடைவிதிக்க வேண்டும். சட்டங்களின் ஓட்டையைப் பயன்படுத்துவது தொடர்ச்சியாக நடைபெற்றுக் கொண்டிருக்கிறது. இந்த மசோதாவை ஓட்டைகளின்றி உருவாக்க வேண்டும்.

அதுபோல், விதி 18(2) "மத்திய அரசு ஒரு மீன்பிடிக்கலனை ஆய்வுக்காகவோ, மீன் வளம் தொடர்பான அறிவியல் ஆராய்ச்சிக்காகவோ ஒரு சிறப்பு உரிமத்தின் மூலம் சில நிபந்தனைகளின் பெயரில் அனுமதிக்கலாம்" என்று சொல்கிறது. இதை வெளிநாட்டுக் கப்பல்களுக்கு நிரந்தரமாக தடைவிதிக்கும் விதத்தில் தெளிவாக வரையறுக்க வேண்டும். பினாமிகள் என்னும் பெயரில் வெளிநாட்டுக் கப்பல்களை இந்திய கடல்வெளியில் மீன்பிடிக்கவும், இந்திய கொடிகளைத் தாங்கிய வெளிநாட்டுக் கப்பல்கள் இந்தியாவின் வளங்களை சூறையாடுவதையும் தடுக்கவேண்டும். இந்தியாவில் பதிவு செய்த மீன்பிடிக் கப்பல்கள், தாங்கள் பிடித்த மீன்களை இந்தியத் துறைமுகங்களில் கொண்டுவந்து சேர்க்கவேண்டும். இந்தியாவின் கடல்வளத்தை இந்தியாவிற்குள் கொண்டுவருவதை இந்த மசோதா உறுதி செய்யவேண்டும்.

புனித அதிகாரிகள்

இந்த மசோதா, இந்தியப் படகுகளை சோதனையிடும் அரசு அதிகாரிகளின் செயல் என்னவாக இருந்தாலும், அவர்களின் அனைத்து செயல்பாடுகளும் நாட்டு நலனுக்கானது என்று ஒரு முன்முடிவுடன் வரையறை செய்கிறது. இது, இந்தியாவின் குடிமக்கள் அனைவரும் இந்திய சட்டதிட்டங்களுக்கு உட்பட்டவர்கள் என்பதை மறுப்பதாகும். குற்றச்செயல்பாடுகளுக்கு சட்டரீதியாக, வெளிப்படையாக விலக்களிப்பது இந்திய வரலாற்றில் இதுதான் முதன்முறையாக இருக்கும். குறைந்தபட்சம், குற்றம் செய்யும் அதிகாரிகளுக்கு அவர்களின் துறைசார்ந்த நடவடிக்கைகூட வரையறுக்கப் படவில்லை என்பது வருத்தத்திற்குரியது.

விதி 23(1)இன் அடிப்படையில் அங்கீகரிக்கப்பட்ட அதிகாரி, பிடியாணையுடனோ அல்லது அது இல்லாமலோ இந்திய மீன்பிடிக் கப்பலைக் கைப்பற்றலாம். இங்கு கப்பல் என்பது, வள்ளம், கட்டுமரம், படகு, பாய்மரம் போன்றவற்றையும் குறிக்கிறது என்னும் ஐயப்பாடை மீண்டும் சுட்டிக்காட்ட வேண்டியிருக்கிறது. ஆனால், ஏன் இந்த விதியில் ஆய்வு மற்றும் பொழுதுபோக்குக் கப்பல்கள் உள்ளடக்கப்படவில்லை?

விதி 38(1)இன் படி, இந்தச் சட்டத்தை செயல்படுத்துவதற்காக நல்லெண்ணத்தில் வேலைசெய்த அங்கீகரிப்பட்ட அதிகாரிக்கு எதிராக வழக்குகளோ அல்லது சட்டநடவடிக்கைகளோ மேற்கொள்ள முடியாது. அதுபோல், விதி 38(2)இன் படி இந்தச் சட்டத்தை செயல்படுத்துவதற்காக அரசு அதிகாரிகள் மீனவர்களுக்கு இழைத்த சேதத்திற்கோ அல்லது

மேற்கொள்ளவிருக்கும் சேதத்திற்கு எதிராக வழக்குகளோ அல்லது சட்ட நடவடிக்கைகளோ மேற்கொள்ள முடியாது என்று சொல்வதை எந்த விதத்திலும் ஏற்கமுடியாது.

சட்டத்தின் முன் அனைவரும் சமம் என்பதை கருத்தில் கொண்டு, தவறு செய்யும் அரசு அதிகாரிகளுக்குத் தண்டனை வழங்கப்பட வேண்டும். மீனவர்கள் மீது தவறாக வன்முறைத் தாக்குதல் *(criminal force)* நடத்துதல், அவர்களின் உயிருக்கோ, உடமைக்கோ பாதிப்பை ஏற்படுத்துதல், கோபம் ஏற்படுத்தும் வண்ணம் அநாகரிகமாக திட்டுதல், லஞ்சம் வாங்குதல், குற்ற அறிக்கையில் தவறான தகவலைக் குறிப்பிடுதல், சட்டத்தை தவறாகப் பயன்படுத்துதல், தேவையானபோது சட்டத்தை பயன்படுத்தாமல் இருத்தல் உட்பட இந்திய தண்டனைச் சட்டத்தில் குறிப்பிடப்பட்டிருக்கும் அனைத்து விதிகளும் அரசு ஊழியர்களுக்கும் பொருந்த வேண்டும். அதுபோல், அரசு அதிகாரிகள் குற்ற அறிக்கை சமர்ப்பிக்கும் போது, அந்த குறிப்பிட்ட படகை பறிமுதல் செய்தபோது, அவர்களின் தவறை நிறுவுவதற்காக, அந்த குறிப்பிட்ட பகுதியின் ஜிபிஎஸ் பொசிசனுடனான காணொளிக் காட்சிப் பதிவுகளையும் நீதிபதி முன் சமர்ப்பிக்கவேண்டும்.

படகுகளுக்கு ஏற்படுத்தும் சேதத்திற்கான முழுப் பொறுப்பையும் அரசு ஏற்க வேண்டும். அரசு அதிகாரிகளினால் மீனவர்களுக்கு ஏற்படும் உயிர் இழப்பு, உடல் மற்றும் பொருளியல் சார்ந்த அனைத்து பாதிப்புகளுக்குமான நிவாரணங்களை இந்த மசோதாவில் திட்டவட்டமாக வரைமுறை செய்யவேண்டும். அதுபோல், மீனவர்களின் படகுகளை சோதனையிடும்போது, தேசிய மற்றும் மாநில மனித உரிமை ஆணையத்தின் அதிகாரியும் உடனிருக்க வேண்டும்.

மீனவர்களின் நலன்

இந்த மசோதா மீனவர்களின் நலனுக்கான ஒரு சில விதிகளை உள்ளடக்கியிருக்கிறது. குறிப்பாக விதி 5(2)(vii) மற்றும் 8(1) மீனவர்களின் பாதுகாப்பையும், 5(1)(ii) பாரம்பரியம் மற்றும் சிறிய அளவிலான மீனவர்களின் வாழ்வாதாரம் மற்றும் நல்வாழ்வை மேம்படுத்துவதாகவும் சொல்லப்பட்டுள்ளது. ஆனால், மீனவர்களின் நலன் என்று சொல்லிக்கொண்டு, கடலில் மீன்பிடிக்க அனுமதிக்கட்டணம் என்னும் பெயரில் கப்பம் கட்டச் சொல்வது நியாயமானதல்ல.

20(2) சட்டப்பிரிவின் கீழ் மத்திய அரசானது ஒரு அறிவிப்பின் மூலம் கட்டண விதிப்பிலிருந்து விலக்களிக்கும் என்று சொல்கிறது. மீனவர்களிடமிருந்து எந்தவிதமான கட்டணமும் வசூலிக்கப்படாது என்று இந்த மசோதாவில் தெளிவாகக் குறிப்பிடவேண்டும். இந்தக் கட்டணம் தற்போது மாநிலத்துக்கு மாநிலம் மாறுபடுகின்றது. தமிழகத்தில் வருடத்திற்கு காப்பீடு உட்பட சராசரியாக ரூ. 5000/- (ஐந்தாயிரம்) வசூலிக்கப்படுகிறது. ஆனால், கேராளாவின் கொச்சி துறைமுகத்தில் விசைப்படகுகளுக்கு வருடத்திற்கு ரூ. 50,000/- (ஐம்பதாயிரம்) வசூலிக்கப்படுகிறது. தமிழக விசைப்படகுகள் தமிழகத்தில் கட்டணம் செலுத்தி உரிமம் பெற்றிருந்தாலும், கொச்சி துறைமுகத்தில் மீன்பிடிக்க வேண்டுமென்றால், கேரள அரசிற்கு ஐம்பதாயிரம் மீண்டும் செலுத்தவேண்டும். இது இரட்டை வரிவிதிப்பு முறைபோல் இரட்டை உரிமக்கட்டணம். இதனால், மீனவர்களுக்கு பேரிழப்பு ஏற்படுகிறது. மீன்பிடி படகுகளுக்கு கட்டணத்தை ரத்து செய்வதே இந்த இரட்டை உரிமக்கட்டண முறைக்கு நிரந்தரத் தீர்வாக இருக்கும்.

5(2)(vii), “கடலில் மீனவர்களின் பாதுகாப்பு”-ற்கு இந்த மசோதா உத்தரவாதமளிக்கிறது. ஒக்கி பேரிடர் நடந்து முடிந்து நான்கு வருடங்கள் முடிவடைந்து விட்டது. அரசு சார்பில் பாதிக்கப்பட்ட மக்களுக்கு வழங்கப்பட்ட பொருளியல் உதவி பெருமதிப்பு மிக்கது. ஒக்கி புயல் சார்ந்த அரசு அறிக்கைகளில் முக்கியமானது, பாராளுமன்ற நிலைக்குழுவின் அறிக்கை. ஏப்ரல் 4, 2018ஆம் நாள் ஒக்கி புயல் மீனவர்களுக்கு ஏற்படுத்திய பாதிப்பு குறித்த அறிக்கை ராஜ்யசபாவில் வெளியானது. அதில் சொல்லப்படும் முக்கியப் பரிந்துரைகள்:

- இந்திய வானிலை ஆய்வு மையம் சொல்வதுபோல், விரைவாக உக்கிரம் கொள்ளும் சூறாவளிகள் அரிய நிகழ்வல்ல. பல நாடுகள் ஒக்கி போன்ற சூறாவளிகளை தகுந்த நேரத்தில் கணிக்கும் தொழில்நுட்பத்தை பெற்றிருக்கின்றன. விரைவாக உக்கிரம் கொள்ளும் சூறாவளிகளை கணிப்பதற்கான ஆய்வுகளை மேற்கொள்ளவேண்டும். இந்தத் தொழில்நுட்பம் இருக்கும் நாடுகளின் உதவியையும் பெறவேண்டும்.

- இந்திய வானிலை மையம், வானிலையைக் கணிக்க வளிமண்டல மாதிரிகளை (atmospheric models) மட்டுமே பயன்படுத்துகிறது. கடல் மாதிரிகளை (oceanic models) பயன்படுத்தும் தொழில்நுட்பம் நம்மிடம் இல்லை. கடல் மாதிரிகளைப் பயன்படுத்தாத காரணத்தினால், நம்மால் ஒக்கி புயலை கணிக்க முடியவில்லை. எனவே, கடல் மாதிரிகளை பயன்படுத்துவதற்கான தொழில்நுட்பத்தை விரைவாக ஏற்படுத்த வேண்டும். வெளிநாடுகளின் உதவியுடன், அதற்கான ஆய்வுகளை விரைந்து நடத்தவேண்டும். [2016ஆம் வருடத்திலிருந்தே, வானிலை ஆய்வில் கடல் மாதிரிகள் பயன்படுத்தப்படுமென்று சொல்லிக் கொண்டேயிருக்கிறார்கள் என்பதும் அதை செயல்படுத்தாமல் இருப்பதும் வருத்தமான விஷயம்.]

- கடல் சீதோஷண நிலையை தெர்மல் செயற்கைக்கோள்களின் உதவியுடன் பெற்று அதை சூறாவளி முன்கணிப்பு மாதிரிகளுடன் இணைக்க வேண்டும்.

- புவி வெப்பமயமாதல் காரணமாக, கடல்நீர் வெப்பநிலையும் அதிகரிக்கிறது. எனவே, ஒக்கி போன்ற சூறாவளிகளின் பாதையையும் வீரியத்தையும் கணிப்பது கடினமானது.

எனவே, கணிக்கமுடியாத சூறாவளிகளுக்கு பொதுவான இயக்க நடைமுறையை (Standard Operating Procedure) உலக நாடுகளுடன் செயல்படுத்த வேண்டும்.

- INSAT 5B செயற்கைக்கோளின் உதவியுடன் செயல்படும், படகுகளில் பயன்படுத்தப்படும் கப்பல் கண்காணிப்பு யூசர் டெர்மினல்களையும், மைய கண்காணிப்பு அமைப்பையும் கூடிய விரைவில் இஸ்ரோவின் உதவியுடன் செயல்படுத்த வேண்டும். மேற்சொன்ன Vessel Tracking System அனைத்து ஆழ்கடல் விசைப்படகுகளிலும் கண்டிப்பாக இருக்கும்படி செய்யவேண்டும். மற்ற படகுகளில் VHF மற்றும் DAT ஆகியவையும் இருக்கவேண்டும். இவற்றை சலுகை விலையில் கொடுக்கவேண்டும்.

- இஸ்ரோ உருவாக்கிக்கொண்டிருக்கும் FishermanApp அடுத்த ஆறுமாத காலத்தில் அனைத்து மீனவர்களின் செல்பேசிகளிலும் இருக்கும்படி செய்யவேண்டும். FishermanApp தரவிறக்கம் செய்யப்பட்ட செல்பேசிகளில் செயற்கைகோள் மூலமாக தகவலகளைப் பரப்பமுடியும்.

- மீனவர்களின் இழப்பும், காலம் பிந்திய தேடுதல் நடவடிக்கையும் வருத்தத்திற்குரியது. தேடுதல் நடவடிக்கை முடிவடையும் போது, 244 மீனவர்கள் காணாமலாகியிருக்கிறார்கள். அவர்களின் குடுபங்களுக்கு வாழ்வாதார நிவாரணம் மிக விரைவாகக் கிடைக்கும்படி செய்யவேண்டும்.

- மத்திய அரசு சார்பில், இறந்தவர்களுக்கு ஐந்துலட்சம் ரூபாயும், காயமடைந்தவர்களுக்கு ஒரு லட்சம் ரூபாயும் கொடுக்கப்படவேண்டும். பாதிக்கப்பட்ட மீனவர்களின் மறுவாழ்விற்கு மாநில அரசுகள் சிறப்பு உதவிகளை விரைவாகச் செய்யவேண்டும். [மாநில அரசு சார்பில் இறந்த/காணாமல் போன மீனவர்களின் குடும்பங்களுக்கு இருபது லட்சம் ரூபாய் தகுந்த நேரத்தில் கொடுக்கப்பட்டது பாராட்டிற்குரியது]

- புயலில் உயிரிழந்த மற்றும் காணாமல் போன மீனவர்களின் குழந்தைகளுக்கு இலவசமாக கல்வியை அளிக்கவேண்டும்.

குடுபத்தில் ஒருவருக்கு மறுவாழ்விற்கான பயிற்சியை அளிக்கவேண்டும்.

இவற்றில் தொழில் நுட்பம் சார்ந்து எந்தவித முன்னேற்றமும் இருப்பதாகத் தெரியவில்லை. மாநில அரசுகள் உறுதியளித்ததுபோல், பொருளியல் உதவிகளைச் செய்திருக்கிறது. பொருளியல் உதவிக்கு மேலாக வானிலை முன்கணிப்பிற்கான தொழில் நுட்ப முன்னேற்றமே நமக்கு தேவையானது. அல்லாத பட்சத்தில் ஒக்கி போன்ற பேரிடர்கள் தவிர்க்க முடியாததாகவே இருக்கும்.

மத்திய கால்நடை பராமரிப்பு, பால்வளம் மற்றும் மீன்வளத் துறை இந்திய விவசாயத்துறையின் கீழ் இயங்குகிறது. கால்நடைகளுக்கான தேசிய பேரிடர் மேலாண்மைத் திட்டம், தேசிய பேரிடர் மேலாண்மை மையம் மற்றும் கால்நடை பராமரிப்பு, பால்வளம் மற்றும் மீன்வளத் துறைகளால் 2016ஆம் வருடம் வெளியிடப்பட்டது. ஆனால், கடல் மற்றும் மீனவர்களுக்கான தனியான இயற்கைப் பேரிடர் திட்டங்கள் எதுவும் இதுவரை உருவாக்கப்படவில்லை. இருப்பினும், புயல் மற்றும் காற்று, வெப்பமண்டல சூறாவளிப் புயல்கள் ஆகியவை தேசிய பேரிடர் மேலாண்மையின் கீழ் வருகிறது. தேசிய மேலாண்மைத் திட்டத்தின்படி, சூறாவளியை முன்கூட்டியே கண்டறிந்து எச்சரிக்கை செய்வதற்கான தொழில்நுட்பம், உலக வங்கியின் உதவியுடன் நிறுவப்படும் என்று சொல்லப்பட்டிருக்கிறது. ஆனால், இத்திட்டத்தை இதுவரை நடைமுறைப்படுத்தவில்லை.

தேசிய மேலாண்மை வழிகாட்டுதல்களில் சூறாவளிகளைக் கையாள்வது குறித்து மிகத் தெளிவாகவே சொல்லப்பட்டிருக்கிறது. அதில் முக்கிய அம்சங்கள் சொல்லப்பட்டிருக்கிறது. அவற்றில் சில கீழே:

- சூறாவளியைக் கண்டறிவதற்கான அதிநவீன தொழில்நுட்பம் நம்மிடம் இருக்கவேண்டும். [2011ஆம் ஆண்டிற்குள் இது செயல்படுத்தப்படுவதாக அதில் சொல்லப்பட்டுள்ளது.]
- சூறாவளியை மேற்பார்வையிடுவதற்கான (probing) ஆகாய விமானங்கள் வேண்டும். சூறாவளியின் மீது ஒரு விமானம்

பறந்து பெறப்படும் உண்மையான தரவுகளைக்கொண்டு சூறாவளியின் போக்கை தவறுகளின்றி கணிக்கமுடியும். *[2012ஆம் ஆண்டிற்குள் இது செயல்படுத்தப்படுவதாக சொல்லப்பட்டுள்ளது.]*

- அதிநவீன தேசிய பேரிடர் தகவல்தொடர்பு உள்கட்டமைப்புகளை, சூறாவளி அபாயம் கொண்ட அனைத்து கடலோர மாவட்டங்களிலும் நிறுவவேண்டும். *[2012ஆம் ஆண்டிற்குள் இது செயல்படுத்தப்படுவதாக சொல்லப்பட்டுள்ளது.]*

- சூறாவளி குறித்த எச்சரிக்கை பரப்புதலின் எல்லையை விரிவுபடுத்தவேண்டும். அதற்காக, DTH வசதியை பயன்படுத்தலாம். இல்லாதபட்சத்தில், கடலோர ரேடியோ நிலையங்களையும், சேட்டிலைட் ரேடியோவையும், VHF நெட்வொர்க்கையும் பயன்படுத்தவேண்டும். *[2012ஆம் ஆண்டிற்குள் இது செயல்படுத்தப்படுவதாக சொல்லப் பட்டுள்ளது.]*

- சூறாவளி முகாம் அமைக்க வேண்டும். கடற்கரையிலிருந்து முகாமிற்குச் செல்வதற்காக அனைத்து பருவகாலத்திற்குமான சாலைவசதிகள் இருக்கவேண்டும். *[2012ஆம் ஆண்டிற்குள் இது செயல்படுத்தப்படுவதாக சொல்லப்பட்டுள்ளது.]*

- சமூகம் சார்ந்த பேரிடர் மேலாண்மை செயல்பாடுகளை உருவாக்கவேண்டும். *[2012ஆம் ஆண்டிற்குள் இது செயல்படுத்தப்படுவதாக சொல்லப்பட்டுள்ளது.]*

- சூறாவளியின் போதான தயார்நிலை, மட்டுப்படுத்தல், பதிலிறுப்பு, மறுவாழ்வு மற்றும் மீட்சி செயல்பாடுகளில் உள்ளூர் சமூகத்தின் பங்களிப்பைப் பெறவேண்டும். *[2010ஆம் ஆண்டிற்குள் இது செயல்படுத்தப்படுவதாக சொல்லப்பட்டுள்ளது.]*

- சூறாவளி பேரிடர் மேலாண்மைக்கான அவசர செயல்பாடுகளின் திட்டத்தை வகுக்க வேண்டும். *[2012-ஆம் ஆண்டிற்குள் இது செயல்படுத்தப்படுவதாக சொல்லப் பட்டுள்ளது.]*

- தேசிய பேரிடர் மீட்புப்படை உருவாக்கவேண்டும்.

- விமானப்படை, கடற்படை மற்றும் கடலோரக் காவல்படை ஆகியவை மீட்புப்பணியில் உடனடியாக ஈடுபடவேண்டும்.

- சூறாவளி பேரிடர் மேலாண்மையில் முக்கியமானது, சரியான நேரத்தில் சூறாவளி குறித்த எச்சரிக்கையை செய்வது. அதற்காக நவீன தொழில்நுட்ப வசதிகளைப் பயன்படுத்த வேண்டும். EDUSAT, HAM Radio, DTH, Sattelite Phone, Community Radio, Battery-less Hand Radio and etc.

- கிராம தகவல் மையங்களை உருவாக்க வேண்டும்.

- ஒரு லட்சம் ரூபாய் நிதி உதவியுடன் கிராம அறிவு மையங்கள் உருவாக்கவேண்டும் மேற்சொன்னவற்றில் ஒன்றுகூட இதுவரை செயல்படுத்தப்படவில்லை. சூறாவளிக்கான தேசிய மேலாண்மைத் திட்டம் குறித்து மத்திய மாநில அரசுகள் மீனவர்களுக்கு எந்தவித விழிப்புணர்வையும் ஏற்படுத்தவில்லை.

தென்மேற்கு கடற்கரை சூறாவளியின் குறைந்த அழிவு ஆபத்து மண்டலமாக கருத்தில் கொள்ளப்பட்டுள்ளது. மேற்குக் கடற்கரையில் பியான் புயலுக்குப்பிறகு ஒக்கி புயல் இரண்டாவது வெப்பமண்டலப் புயல். இனியும் தொடர்ந்து தென்மேற்கு கடற்கரையில் ஒக்கி போன்ற வெப்பமண்டல சூறாவளி வீசுவதற்கு அதிகமான வாய்ப்புகள் இருப்பதாக ஆய்வுகள் சொல்கிறது. எனவே, தென்மேற்கு கடற்கரையை மிக உயர்ந்த அழிவு ஆபத்து மண்டலமாக அறிவிக்க வேண்டும். அதைப்போல, ஒக்கி சூறாவளியின் உயிரிழப்புகளையும் பாதிப்புகளையும் கருத்தில் கொண்டு, தேசியப் பேரிடராக மத்திய அரசு அறிவிக்கவேண்டும். அப்போதுதான், நிவாரணம், நேரடியாகவும், விரைவாகவும் மீனவர்களுக்குக் கிடைக்கும்.

தற்போது, மாநில அரசுகள் மீனவர்களுக்கு செயற்கைக்கோள் அலைபேசிகளை ஒருசில படகுகளுக்குக் கொடுத்திருப்பது பாராட்டிற்குரியது. மிக விரைவாக அனைத்துப் படகுகளுக்கும் கிடைக்கும்படி செய்யவேண்டும். பியான் புயுலுக்குப் பிறகு மீனவர்களுக்கு DAT (Distress Alert System) என்னும் இடர்பாடு எச்சரிக்கைக் கருவி கொடுக்கப்பட்டது. இதனால் ஆழ்கடல் மீனவர்களுக்கு எந்தவித பலனுமில்லை. ஒக்கி புயலின்போது, DAT கருவிகளின் தகவல்கள் கட்டுப்பாட்டு அறைகளுக்கு

வந்துசேரவில்லை. எனவே, ஆழ்கடல் மீனவர்களுக்குத் தேவையானது 406 MHz அலைவரிசையில் இயங்கும் EPIRB கருவிகள்.

இந்த மசோதாவில் மோசமான வானிலை மற்றும் இயற்கைப் பேரழவு காலங்களில் எந்தவகையான உதவிகள் மற்றும் பாதுகாப்பு ஏற்பாடுகள் மேற்கொள்ளப்படும் என்பதை திட்டவட்டமாக வரையறுக்கவேண்டும். ஆழ்கடலில் இருநூற்று ஐம்பதிற்கும் மேலான உயிர்களைப் பலிகொண்ட ஒக்கி புயல் போன்ற பேரழிவுகளை கையாள்வதற்கான ஆழ்கடல் தேசிய பேரிடர் மேலாண்மைத் திட்டதை இந்த மசோதாவுடன் வெளியிடவேண்டும். அதுபோல், சூறாவளியின்போது, ஆழ்கடல் விசைப்படகுகள் பாதுகாப்பாக இருப்பதற்கு பின்பற்ற வேண்டிய நன்னடத்தை வழிமுறைக் குறிப்புகளையும் வெளியிடவேண்டும்.

அரசின் நலத்திட்டங்கள் மீனவர்களுக்கு முழுமையாகச் சென்றடைவதற்கு வழிவகை செய்யவேண்டும். 2018ஆம் வருட நிலவரப்படி மீன் ஏற்றுமதியினால் கிடைத்த அன்னிய செலாவணி சுமார் 45,106 கோடி ரூபாய். இந்தியாவின் GDP-யில் ஒட்டுமொத்த மீன்வளத்தின் பங்கு 0.91%. பிரதான் மந்திரி மத்சிய யோஜனா போன்ற திட்டங்கள், வங்கிக்கடன் போன்றவற்றை மீனவர்கள் பயன்படும் வகையில் முழுமையாக செயல்படுத்த வேண்டும்.

406 மெகா ஹெர்ட்ஸ்

ஆழ்கடல் மீனவர்களைப் பொறுத்தவரை, DAT கருவி என்பது அரசாங்கத்தின் ஒரு கண்துடைப்பு மட்டுமே. உலக நாடுகள் அனைத்தும் அந்தந்த நாடுகளில் ஆழ்கடலில் மீன்பிடிக்கும் மீனவர்களின் பாதுகாப்பை முழுமையாக உறுதிப்படுத்துகின்றன. இந்தியாவைத் தவிர அனைத்து நாடுகளும் 406 மெகா ஹெர்ட்ஸ் அலைவரிசையில் இயங்கும் Emergency Position Indicating Radio Beacon (EPIRB) என்னும் DATக்கு இணையான கருவியை கொடுத்திருக்கின்றன. இதன் முக்கியத்துவம் என்னவென்றால் EPIRB கருவியின் சிக்னல் அனைத்து நாடுகளின் கட்டுப்பாட்டு அறைக்கும் சென்று விடும். பின்னர், அந்த அபாயத்தகவல், அந்த சிக்னல் பெறப்பட்ட EPIRB கருவி பதிவு செய்யப்பட்ட நாட்டின் கட்டுப்பாட்டு அறைக்கும், அல்லது அந்தக் குறிப்பிட்ட ஆபத்திலிருக்கும் விசைப்படகிற்குப் பக்கத்திலிருக்கும் கப்பல்களுக்கும் தகவல்கள் பரிமாறப்படும்.

EPIRB கருவிகள் INMARSAT மற்றும் COSPAS என்னும் இரண்டு விண்கலங்களுடன் இணைக்கப்பட்டுள்ளன. இந்தக் கருவிகள் விண்கலங்களுடன் தொடர்புகொள்ளும் அலைவரிசை 406MHz. EPIRB கருவியை பயன்படுத்தும் விசைப்படகுகள் காப்பாற்றப்படாமலிருப்பதற்கான வாய்ப்புகள் இல்லை. காரணம் பாதுகாப்பு நடவடிக்கை உலக நாடுகளுக்குப் பொதுவானது. இதில் இந்தியாவும் அங்கம் வகிக்கின்றது. ஆனால், தூத்தூர் பகுதி ஆழ்கடல் மீனவர்களுக்கு கொடுத்திருக்கும் DAT கருவி INSAT 3A விண்கலத்தின் உதவியுடன் இயங்குகின்றது. ஏற்கெனவே, INSAT 3A விண்கலத்தின்

ஆயுட்காலம் முடிவடைந்துவிட்டது. தற்போதைய DAT கருவிகள் INSAT 3D விண்கலத்தின் உதவியுடன் தனி அலைவரிசையில் இயங்குகின்றன. INSAT 3D இந்திய வானிலை தகவலுக்காகவும், இந்தியப் பெருங்கடல் பகுதியில் தேடுதல் மற்றும் மீட்புப்பணிகளுக்காகவும் பயன்படுத்தப்படுகின்றது. தேடுதல் மற்றும் மீட்புக்கான தகவல் பரிமாற்றத்திற்கு 406 மெகா ஹெர்ட்ஸ் அலைவரிசை பயன்படுத்தப்படுகின்றது. ஆனால், DAT கருவியின் அலைவரிசை 402.75 MHz என்று இந்தக் கருவியைத் தயாரித்த Komoline Aerospace Ltd நிறுவனம் சொல்கின்றது. DAT கருவிகளுக்கும் EPIRB கருவிகளுக்கும் எந்த வித தொடர்புமில்லை. DAT கருவிகளின் சமிக்ஞைகள் இந்திய கட்டுப்பாட்டு அறைகளுக்கே செல்லும். DAT கருவிகளிலிருந்து பெறப்படும் அபாயத்தகவல்களுக்கோ அந்த தகவல்கள் எவ்வாறு கையாளப்பட்டு மீன்வர்கள் காப்பாற்றப்பட்டார்கள் என்பது குறித்தோ, வெளிப்படைத்தன்மையோ, உண்மைத்தன்மையோ இருப்பதாக தெரியவில்லை.

தற்போதைய ஒக்கி புயலில் ஏராளமான ஆழ்கடல் விசைப்படகுகள் DAT கருவியைப் பயன்படுத்தியும் அவர்களை மீட்பதற்காக கடற்படை கப்பல்கள் எதுவும் வரவில்லை என்று மீனவர்கள் சொல்வது மீனவர்களின் பிரச்சனை மட்டுமல்ல. ஒட்டுமொத்த நாட்டின் தொழில்நுட்பம் மற்றும் அதன் பாதுகாப்பு சம்பந்தமானது. எனவே, DAT கருவியிலிருந்து பெறப்பட்ட அனைத்து தகவல்களையும் அரசு வெளியிடவேண்டும். எத்தனை ஆபத்து அழைப்புகள் பெறப்பட்டன, எத்தனை அழைப்புகளுக்கு மீட்பதற்கான நடவடிக்கைகள், எவ்வளவு நேரக்கெடுவில் எடுக்கப்பட்டது என்பது உட்பட. இது இராணுவம் சம்பந்தமான இரகசியமான தகவல்களல்ல. பொதுமக்களின் பாதுகாப்பு சம்பந்தமான பொதுத்தகவல் மட்டுமே.

ஆழ்கடல் மீனவர்களுக்குத் தேவையானது DAT கருவியல்ல. அவர்களுக்குத் தேவையானது உலக நாடுகளின் மீனவர்கள் பயன்படுத்தும் 406 மெகா ஹெர்ட்ஸ் அலைவரிசையில் இயங்கும் EPIRB கருவிகள் மட்டுமே. EPIRB கருவிகள் நமது ஆழ்கடல் மீனவர்களிடம் இருந்திருந்தால், உயிரிழப்புகள் பாதியாகக் குறைந்திருக்கும். குறிப்பாக மீனவர்கள் ஆழ்கடலில் ஆபத்திற்குள்ளாகியிருப்பது உலக நாடுகளின் கவனத்திற்காவது

சென்றிருக்கும். வெற்றிகரமாக பயன்பாட்டிலிருக்கும் *EPIRB* கருவிக்கு பதிலாக இந்திய மீனவர்களுக்கு பயன்படாத *DAT* கருவியை கொடுப்பதற்கான காரணம் என்ன?

சில நாட்களுக்கு முன்பு, கரையிலிருந்து ஆழ்கடல் மீனவர்களுக்கு வானிலை அறிப்பைத் தெரியப்படுத்துவதற்காக நேவிக் என்னும் இந்தியாவின் ஏழு விண்கலங்களின் உதவியுடன் ஒரு புதிய கருவியை *ISRO* தயாரித்திருக்கின்றது. ஆனால், இந்தக் கருவியை பயன்படுத்தி மீனவர்கள் கரையைத் தொடர்புகொள்ளமுடியாது. எனவே, இதுவும் ஆழ்கடல் மீனவர்களுக்கு முழுமையான பயனைத் தராது. ஆழ்கடல் மீனவர்களுக்கு ஒக்கி புயல் ஏற்படுத்திய பேரழிவு மீண்டும் ஏற்படாமலிருக்க, தொழில்நுட்பம் சார்ந்து அரசு செய்யவேண்டியது:

i) மீனவர்களுக்குத் தேவையானது 406 மெகா ஹெர்ட்ஸ் அலைவரிசையில் இயங்கும் *EPIRB* கருவிகள். இதில் இரண்டு வகைகள் இருக்கின்றன. ஒன்று விசைப்படகில் பயன்படுத்தும் *EPIRB* கருவி. இன்னொன்று கடலில் தத்தளித்துக்கொண்டிருக்கும் தனிமனிதர்கள் பயன்படுத்தும் *PLB (Personal Locator Beacon)* என்னும் கருவி. மத்திய மாநில அரசுகள் இலவசமாக இவற்றை மீனவர்களுக்கு அளிக்கலாம். பொதுவெளியில் இவற்றின் விலை சுமார் 250 டாலர்கள். இந்தக் கருவிகளை உலகின், இந்தியா உட்பட, அனைத்து மீனவர்களும் பயன்படுத்தலாம். *EPIRB* கருவிகள் மத்திய அரசிடம் முறையாக பதிவு செய்யப்படவேண்டும். இதை பயன்படுத்துவோர் மத்திய அரசின் அறிவுரையைப் பின்பற்றவேண்டும். பதிவு செய்யாமல் பயன்படுத்துவது சிக்கல்களை ஏற்படுத்தும். *EPIRB* கருவிகளை உலகத்தரத்தில் இந்தியா வடிவமைத்திருந்தால், அதை இந்திய ஆழ்கடல் மீனவர்களின் பயன்பாட்டிற்கு அளிக்கலாம்.

ii) ஆழ்கடல் மீனவர்கள் சேட்டிலைட் போன்களை பயன்படுத்த அனுமதிக்க வேண்டும். சேட்டிலைட் போன்கள் சூறாவளிக்கான தேசிய பேரிடர் மேலாண்மை திட்டத்தின் ஒரு முக்கியப் பரிந்துரையாகவே இருக்கின்றது. பயன்பாட்டிலிருக்கும் பிஎஸ்என்எல்

நிறுவனத்தின் சேட்டிலைட் போன் சேவையை விரிவுபடுத்தி ஆழ்கடல் மீனவர்கள் 200 கடல்மைல் தொலைவிற்கும் அப்பால் பயன்படுவதுபோல் ஒரு சில நிபந்தனையுடன் இலவசமாகக் கொடுக்கலாம். அதுபோல், ஒவ்வொரு மாதமும் குறிப்பிட்ட அளவு அழைப்புகளையும் இலவசமாகக் கொடுக்கவேண்டும். தற்போது ஒருசில படகுகளுக்கு சேட்டிலைட் போன் கொடுக்கப்பட்டுள்ளது. ஆனால், பிஎஸ்என்எல் பிரீமியம் தொகையை அதிகரித்திருக்கிறது என்னும் குற்றச்சாட்டும் மீனவர்களிடம் இருக்கிறது.

iii) சேட்டிலைட் உதவியுடன் இயங்கும் S-AIS (Sattelite-based Automatic Identification System) கருவியை அனைத்து ஆழ்கடல் விசைப்படகுகளுக்கும் கிடைக்கச்செய்யலாம். S-AIS கருவியின் தகவல் பரிமாற்றத்திற்காகவும், இந்தியப்பெருங்கடலில் தேடுதல் மற்றும் மீட்புப்பணிகளுக்காக resourcesat-2 என்னும் செயற்கைக்கோளை இந்தியாவின் வான்வெளி ஆய்வு நிறுவனமான ISRO ஏற்கெனவே விண்ணில் ஏவியிருக்கின்றது. எனவே, S-AIS கருவியை மிக எளிதாகவே ஆழ்கடல் மீனவர்களுக்கு மத்திய அரசு மானிய விலையிலோ, இலவசமாகவோ கொடுக்கலாம்.

iv) இந்தியா தகவல் தொழில் நுட்பம் மற்றும் வான்வெளி ஆராய்ச்சியில் முதிர்ச்சியடைந்து விட்டது. பிரச்சனை கட்டமைப்புகள் மட்டுமே. வெளிநாடுகளின் தேவையில்லை, நம்முடைய மீனவர்களை நாமே பாதுகாத்து மீட்போம் என்று கருதினால், ஆழ்கடல் மீனவர்களின் தேவைக்கு மட்டுமேயான INSAT 3Dக்கு இணையான இன்னொரு விண்கலத்தை பயன்படுத்தலாம். விலை அதிகமில்லை. 200 கோடிக்கும் குறைவுதான். ஒக்கி புயலுக்கான இழப்பீடாக தமிழகம் மத்திய அரசிடம் கேட்டிருப்பது சுமார் 10,000 கோடி. கடந்தவருடம் இந்தியாவிலிருந்து ஏற்றுமதியான மீன்களின் மதிப்பு 38,781 கோடி. எனவே, துச்சமான 200 கோடியை தற்காப்பு நடவடிக்கைகளுக்கு பயன்படுத்துவதொன்றும் பெரியவிசயமல்ல.

v) இந்த செயற்கைக்கோளைப் பயன்படுத்தி நம்முடைய ஆழ்கடல் விசைப்படகுகளுக்காக தனியான தொலைதொடர்பு வலைப்பின்னலை உருவாக்க முடியும். விபத்திற்குள்ளாகும் விசைப்படகுகளை அவர்களுக்குப் பக்கத்திலிருக்கும் விசைப்படகுகளைக்கொண்டே மீட்பு முயற்சியிலும் ஈடுபட முடியும். கரையிலிருந்து கடற்படை கப்பல்களோ ஹெலிகாப்டர்களோ, 400 கடல்மைல் தொலைவிற்கு அப்பால் சென்று காப்பாற்றுவதொன்றும் எளிதானதல்ல. ஒடிசாவில் கரைக்கடலுக்கான ஆம்புலன்ஸ் கட்டமைப்பு இருக்கின்றது. அதையே ஆழ்கடல் ஆம்புலன்ஸ் சேவையாக (Deep Sea Marine Ambulance Service) மாற்றமுடியும். இதை மத்திய அரசு முன்னெடுக்கலாம். தொலைத்தொடர்பு வசதிகள் இருப்பின் மீனவர்கள் தங்களிடமிருக்கும் கட்டமைப்பை பயன்படுத்தி இதை மிக எளிதாக செயல்படுத்த முடியும். ஏற்கெனவே நமது மீனவர்கள் கடற்படையுடன் மீட்புப்பணியில் ஈடுபட்டிருக்கின்றார்கள். அதுபோல், பத்திற்கும் அதிகமான படகுகளில் ஆழ்கடலில் சென்று தேடுதல் வேட்டையை நடத்தி, சுமார் ஐம்பது மீனவர்களை மீட்டிருக்கின்றார்கள். மீட்புப்படை சூறாவளிக்கான தேசிய பேரிடர் மேலாண்மையின் ஒரு முக்கியப் பரிந்துரையாக இருக்கின்றது.

அரசு செய்யவேண்டியது

ஒரு மக்கள் நலச்சட்டம் எப்படி இருக்கக் கூடாது என்பதற்குச் சிறந்த உதாரணம் இந்த மீன்வள மசோதா. இதை ஒட்டு மொத்தமாகக் கைவிட்டுவிட்டு, மீனவர்களின் பங்களிப்புடன் புதிய மசோதாவை உருவாக்கவேண்டும். புதிய மசோதாவில் இந்தப் புத்தகம் வழியாக குறைந்தபட்சம் எதிர்பார்ப்பது:

1. இந்த மீன்வள மசோதாவை முழுமையாகக் கைவிட வேண்டும். புதிய மீன்வளச் சட்டத்தை, மீனவர்களின் நேரடிப் பங்களிப்புடன், வேறு கடல்சார்ந்த சட்டங்களின் துணையின்றி, தனித்து செயல்படும் விதத்தில் உருவாக்க வேண்டும்.

2. அரசு அதிகாரிகளுக்கு கட்டுப்பாடற்ற அதிகாரங்களைக் கொடுக்கும் மாநில கடல் மீன்வள சட்டத்தில் திருத்தம் செய்யவேண்டும். மாநில கடல் மீன்வள சட்டத்தில் மீன்பிடிக் கப்பல்கள் என்பதை மறுவரையறை செய்யவேண்டும்.

3. மீன்வளம் மற்றும் மீனவர்கள் சார்ந்த அனைத்து சட்டங்களும், மீன்வளத்துக்கான தனிஅமைச்சகம் உருவாக்கப்பட்டு, அதன்கீழ் செயல்பட வேண்டும்.

4. கப்பல், கனரக விசைப்படகு, வெளிப்பொருத்து இயந்திர விசைப்படகு, வள்ளம், பாய்மரம், கட்டுமரம் என்பனவற்றிற்கான விளக்கங்கள் மிகத் தெளிவாக இந்த மசோதாவில் வரையறுக்கப்பட்டு, விசைப்படகுகள்

மட்டும் மீன்வளச் சட்டத்தின்கீழ் பதிவுசெய்யப்பட வேண்டும். மீன்பிடிப் படகுகளை பதிவு செய்வதற்கும், அவற்றை சரிபார்த்து தரச் சான்றிதழ் கொடுப்பதற்கும் எந்தவிதமான கட்டணங்களையும் வசூலிக்கக் கூடாது.

5. பாரம்பரிய மீனவர்களுக்கு பாதிப்பு ஏற்படுத்தாமல் தனியார் மீன்பிடிக் கப்பல்களுக்கு மீன்பிடிக்க தடைசெய்யப்பட்ட பகுதிகளை உருவாக்கவேண்டும். அந்த எல்லைக்குள் தனியார் கப்பல்கள் மீன்பிடிப்பில் ஈடுபடக் கூடாது.

6. தனியார் கப்பல்கள் தாங்கள் பிடிக்கும் மீன்களை வெளிநாட்டுத் துறைமுகங்களுக்குக் கொண்டு செல்ல எந்த விதத்திலும் அனுமதிக்கக் கூடாது. இந்தியாவின் கடல்வளம் அனைத்தும் இந்தியாவின் துறைமுகங்களுக்கு வந்துசேர வேண்டும்.

7. பாரம்பரிய ஆழ்கடல் மீனவர்களுக்கு போட்டியாக விளங்கும் தனியார் மீன்பிடிக் கப்பல்களுக்கு எந்தவிதமான சலுகைகளையும் அரசாங்கம் அளிக்கக்கூடாது.

8. அண்மைக்கடல் எல்லைக்குள், கடற்கரையிலிருந்து இருபத்து நான்கு நாட்டிகல்மைல் தொலைவிற்குள், இழுவை மடிகளை அனுமதிக்கக் கூடாது.

9. அண்மைக்கடல் எல்லைக்குள், கடற்கரையிலிருந்து இருபத்து நான்கு நாட்டிகல்மைல் தொலைவிற்குள், விசைப்படகுகள், சூழலியலுக்கு பாதிப்பை ஏற்படுத்தும் அளவிற்கான செயற்கை ஒளியைப் பயன்படுத்தி மீன்பிடிப்பதை அனுமதிக்கக் கூடாது.

10. ஆழ்கடல் மீனவர்களுக்கான பாதுகாப்பு நடவடிக்கைகளும், பேரிடர் காலங்களில் மீனவர்கள் கடைபிடிக்க வேண்டிய நன்னடத்தை விதிகளும் வரையறை செய்யப்பட வேண்டும்.

11. சூறாவளிக்கான தேசிய மேலாண்மைத் திட்டத்தில் சொல்லப்பட்டிருக்கும் நடவடிக்கைகளை நிறைவேற்ற வேண்டும்.

12. வெளிநாட்டுக் கப்பல்களை பிரத்தியேக பொருளாதார மண்டலத்தில் மீன்பிடிக்க நிரந்தரமாக தடைசெய்ய வேண்டும். வெளிநாட்டுக் கப்பல்கள் இந்திய கொடியைத் தாங்கி (flag-hopping) மீன்பிடிப்பதை முற்றிலும் ஒழிக்க வேண்டும்.

13. மீனவர்களின் படகுகளில் சோதனை என்னும் பெயரில் தவறான நடவடிக்கைகள் மேற்கொள்ளும் அதிகாரிகளுக்குத் இந்திய தண்டனைச் சட்டத்தின்கீழ் தண்டனைகள் வழங்க வேண்டும். அதிகாரிகள் மீனவர்களுக்கு ஏற்படுத்தும் சேதத்திற்கான முழுப்பொறுப்பையும் அரசு ஏற்கவேண்டும்.

14. அரசு அதிகாரிகள் தேடுதல் நடத்தும்போதும், குற்ற அறிக்கை தயாரிக்கும் போதும், தவறு செய்த மீனவர்களை நீதிபதிமுன் நிறுத்தும்போதும் தேசிய/மாநில மனித உரிமை ஆணையத்தின் பிரதிநிதியும் உடனிருக்க வேண்டும்.

15. அரசு அதிகாரபூர்வமாக அரசிதழில் அறிவித்த அரசு அதிகாரிகளைத் தவிர, வேறுநபர்கள் அரசின் சோதனைப் படகுகளில் இருப்பது கூடாது.

16. பாதிக்கப்பட்ட மற்றும் தவறிழைத்த மீனவர்கள், தங்கள் படகுகளைப் பதிவு செய்த துறைமுக எல்லையிலிருக்கும் மாவட்ட நீதிமன்றங்களில் தங்கள் வழக்கு நடவடிக்கைகளை மேற்கொள்ள வாய்ப்புகள் வழங்கவேண்டும்.

17. ஆழ்கடல் விசைப்படகுகள் அனைத்திற்கும் செயற்கைக்கோள் அலைபேசி, S-AIS (Satellite-Based Automatic Information System) மற்றும் 406 மெகாஹெர்ட்ஸ் அலைவரிசையில் இயங்கும் Emergency Position Indicating Radio Beacon (EPIRB) போன்ற கருவிகளை வழங்கவேண்டும். இவை அனைத்தும் ஆழ்கடல் கனரக மோட்டார் விசைப்படகுகளில் இருக்க வேண்டுமென்பதை கட்டாயப்படுத்த வேண்டும்.

18. போக்குவரத்துக் கப்பல்களின் வழித்தடங்கள் ஐம்பது நாட்டிகல் மைல்களுக்கு அப்பால் இருக்கவேண்டும்.

19. ஆய்வுக் கப்பல்களுக்கு தனியாக சட்டம் இயற்ற வேண்டும்.

20. மீன்வள மசோதாவில் ஆய்வுக் கப்பல்களையும் உள்ளடக்கியிருந்தால், அவர்கள் மேற்கொள்ளும் ஆய்வுகள் மற்றும் கடலாழத்தில் சுரங்கம் அமைப்பது போன்ற சூழலியலுக்கு மிகுந்த பாதிப்பை உருவாக்கும் நடவடிக்கைகளுக்கான, சுற்றுச்சூழல் பாதிப்பு அறிக்கைகளை வெளியிட வேண்டும்.

21. ஆய்வறிக்கைகள் இந்திய மத்திய ஆய்வு நிறுவனங்களால், இந்திய ஆழ்கடல் சார்ந்த புள்ளிவிவரங்களை அடிப்படையாகக் கொண்டிருக்க வேண்டும். வெளிநாட்டு நிறுவனங்களால், வெளிநாட்டுத் தரவுகளைக் கொண்டு மேற்கொள்ளப்படும் ஆய்வறிக்கைகளை ஒட்டுமொத்தமாக நிராகரிக்க வேண்டும்.

22. தவறு செய்யும் ஆய்வு நிறுவனங்கள், கப்பல்கள் மற்றும் தனிநபர்களுக்கான தண்டனைகளும் அபராதங்களும் தெளிவாக வரையறுக்கப்பட வேண்டும்.

23. கடலாழ கனிமவள அகழ்விற்கு தனியார் நிறுவனங்களுக்கு அனுமதியளிக்கக் கூடாது.

24. பாரம்பரிய ஆழ்கடல் மீனவர்கள் மீன்பிடிக்கும் முக்கியமான இடங்களிலும், பவளப் பாறைகள் இருக்கும் இடங்களிலும் கனிமவள அகழ்வை மேற்கொள்ளக் கூடாது.

25. மீன்வளங்களின் ஆய்வுகளை மேற்கொள்ளும் அரசு நிறுவனங்கள், கணவாய் போன்ற மீன்களின் மடைகளை உரிய நேரத்தில் மீனவர்களுக்குத் தெரியப்படுத்த வேண்டும். காலம் கடந்து தெரிவித்தாலோ, அல்லது தெரிவிக்காமல் இருந்தாலோ, அந்த அரசு நிறுவனங்களுக்கு ஆய்வுகளுக்கான அனுமதியை தடைசெய்வதுடன், சட்டப்படி நடவடிக்கையும் எடுக்க வேண்டும்.

இதுவரை கடல்சார் சட்டங்கள், மீனவர்களின் பங்களிப்பில்லாமல், மீனவர்களின் வாழ்வியல் மற்றும் மீன்பிடி முறைகள் பற்றிய எந்தவித அறிதல்களும்

இல்லாதவர்களால் இயற்றப்பட்டு வந்தன. மீனவர்கள் மற்றும் மீனவ அமைப்புகளை உள்ளடக்கிய அரசுக்குழு புதிதாக கடல்வள மசோதாவை உருவாக்க வேண்டும். மீனவர்களுக்குப் பாராளுமன்றத்தில் எந்தவித பிரதிநிதித்துவமும் இல்லையென்பதால், மீன்வள மசோதாவை பாராளுமன்றத்தில் நிறைவேற்றுவதற்குமுன், மீனவர்கள் அங்கம் வகிக்கும் பஞ்சாயத்துகள் ஒப்புதலுடனும், மீனவ கிராமங்களில் கருத்துக் கேட்புக் கூட்டம் நடத்தியபிறகு, பாராளுமன்றத்தில் விவாதத்திற்கு கொண்டுவர வேண்டும். கடல்சார்ந்த மசோதாக்களும் சட்டங்கள் அனைத்தும் மீனவர்களுக்கான தனி அமைச்சகம் வழியாக செயல்பட வேண்டும்.

கடல்வளத்தின்மீதும், மீனவர்களின் நலன்மீதும் அக்கறை கொண்ட மத்திய மாநில அரசுகள், தற்போதைய மீன்வள மசோதாவைக் கைவிட்டுவிட்டு மேற்சொன்ன பரிந்துரைகளை அடிப்படையாகக் கொண்டு புதிய மசோதாவை மிக விரைவாக உருவாக்குவதே மீனவர்களையும் கடல்வளத்தையும் பாதுகாப்பதற்கான நிரந்தரத் தீர்வாக இருக்கும்.

குறிப்புகள்

- THE INDIAN MARINE FISHERIES BILL, 2021
- Tamil Nadu Marine Fishing Regulation Rules, 2020
- THE KERALA MARINE FISHING REGULATION (AMENDMENT)BILL, 2021
- THE MARITIME ZONES OF INDIA (REGULATION OF FISHING BY FOREIGN VESSELS) ACT, 1981
- THE MERCHANT SHIPPING ACT, 1958
- THE TERRITORIAL WATERS, CONTINENTAL SHELF, EXCLUSIVE ECONOMIC ZONE AND OTHER MARITIME ZONES ACT, 1976
- Fishing Using Lights: How should India handle this new development, K. Sunil Mohamed, CMFRI
- Fishing with Light: Ecological Consequences for Coastal Habitats, Ogunola Oluniyi Solomon, Onada Olawale Ahmed
- ANNUAL REPORT 2016 - 17, FISHERY SURVEY OF INDIA, Dept. of Animal Husbandry, Dairying & Fisheries, Mumbai Ministry of Agriculture & Farmers' Welfare
- Attracting Fish with Light, M. Ben-Yami, Food and Agriculture Organization of the United Nations
- ACTION TAKEN BY GOVERNMENT ON THE RECOMMENDATIONS/ OBSERVATIONS CONTAINED IN THE TWO HUNDRED ELEVENTH REPORT ON THE CYCLONE OCKHI-ITS IMPACT ON FISHERMEN AND DAMAGE CAUSED BY IT (DEPARTMENT-RELATED PARLIAMENTARY STANDING COMMITTEE ON HOME AFFAIRS, RAJYA SABHA, PARLIAMENT OF INDIA)
- Management of Cyclones, National Disaster Management Guidelines, National Disaster Management Authority

பின்னிணைப்பு

தமிழக அரசால் மொழிபெயர்த்து வெளியிடப்பட்ட 'இந்திய கடல் மீன்வள மசோதா, 2021' அதே வடிவத்திலேயே பின்னிணைப்பாகக் கொடுக்கப்பட்டுள்ளது.

	இந்திய கடல் மீன்வள மசோதா, 2021	
	இந்த மசோதா	
	பாரம்பரிய மற்றும் சிறிய அளவில் மீன்பிடிக்கும் மீனவர்களின் வாழ்வாதாரம் மற்றும் சமூகப் பொருளாதார நல்வாழ்வை மேம்படுத்துதல், இந்தியாவின் பிரத்தியேகப் பொருளாதார மண்டலத்தில் மீன் வளங்களை நிலையாக மேம்படுத்துதல் மற்றும் இந்திய மீன்பிடிக்கலன்கள் மூலம் ஆழ்கடலின் மீன்வளத்தைப் பொறுப்புடன் பயன்படுத்துவதை உறுதிசெய்தல் மற்றும் அதனுடன் தொடர்புடைய அல்லது தற்செயலான விஷயங்களுக்கு.	
	இந்தியக் குடியரசின் எழுபத்தி இரண்டாம் ஆண்டில் பாராளுமன்றத்தில் கீழ்க்கண்டவாறு சட்டமாக்கப்படும்.	
	அத்தியாயம் *1* **அறிமுகம்**	
சுருக்கமான தலைப்பு மற்றும் தொடக்கம்	**1.** *(1)* இந்தச் சட்டம் இந்திய கடல் மீன்வளச் சட்டம், *2021* என்று அழைக்கப்படும்.	
	(2) இந்தச் சட்டம் மத்திய அரசு அதிகாரப்பூர்வ அரசிதழில் அறிவிக்கும் தேதியிலிருந்து அமலுக்கு வரும்	
	இந்தச் சட்டத்தின் வெவ்வேறு விதிகள் வெவ்வேறு தேதிகளில் நடைமுறைப்படுத்தப்படலாம். இந்தச் சட்டம் தொடங்குவதற்கான எந்தவொரு விதிமுறையிலும் அந்த குறிப்பு அந்த விதி நடைமுறைக்கு வருவதற்கான குறிப்பாக கருதப்படும்.	
பொருத்தப்பாடு	**2.** இந்தச் சட்டம் மீன்பிடி மற்றும் மீன்பிடி தொடர்பான நடவடிக்கைகளுக்குப் பொருந்தும்.	
	(i) பிரத்தியேக பொருளாதார மண்டலத்திலும் அதற்கு அப்பால் உள்ள பன்னாட்டு மீன்பிடிக்கும் இந்திய மீன்பிடிக்கலன்களுக்கும்;	
	(ii) இந்திய கடல் பிராந்தியத்தில் மீன்பிடிக்கும் அயல்நாட்டு மீன்பிடிக்கலன்களுக்கும்;	
வரையறைகள்	**3.** இந்தச் சட்டத்தின் படி,	
	(a) "அங்கீகரிக்கப்பட்ட அதிகாரி" என்பவர் பிரிவு *22*-ன் கீழ் அறிவிக்கப்பட்ட அங்கீகரிக்கப்பட்ட அதிகாரி ஆவார்;	
	(b) "ஆலோசனைக்குழு" என்பது பிரிவு *21*-ன் கீழ் அமைக்கப்பட்ட கடல்மீன்வளம் பற்றிய ஆலோசனைக் குழு;	
	(c) "பிரத்தியேகப் பொருளாதார மண்டலம்" என்பது பிராந்தியக் கடல் பகுதி, கண்டத்திட்டு, பிரத்தியேகப் பொருளாதார மண்டலம் மற்றும் இதர கடல் மண்டலங்கள் சட்டம் *1976*-இன் பிரிவு *7*-க்குள் அடங்கிய இந்திய பிரத்யேகப் பொருளாதார மண்டலம் ஆகும்;	80 of 1976.
	(d) "மீன்" என்பது கடல் பாலூட்டிகள், கடல் ஊர்வன மற்றும் கடல் பறவைகளை தவிர்த்த துடுப்பு மீன்கள், மெல்லுடலிகள், கணுக்காலிகள் மற்றும் இதர கடல்வாழ் விலங்குகள் மற்றும் தாவரங்களை குறிக்கும்;	
	(e) "மீனவர்" என்பது வாழ்வாதாரம் அல்லது இலாப நோக்கத்திற்காக மீன்பிடித்தல் மற்றும் மீன்பிடித்தல் தொடர்பான நடவடிக்கைகளில் ஈடுபட்டுள்ள நபர்களை குறிக்கும்;	

Page **1** of **19**

	(f)	"மீன்பிடித்தல்" என்பது ஏதோ ஒரு முறையில் மீன்களைத் தேடுதல், பின்தொடர்தல், பிடித்தல், எடுத்தல் அல்லது அறுவடை செய்தல்;	
	(g)	"மீன்பிடித்தல் தொடர்பான நடவடிக்கைகள்" என்பவை மீன்களைத் தரையிறக்குதல், சிப்பமிடுதல், சந்தைப்படுத்துதல், பதப்படுத்துதல், பாதுகாத்தல் அல்லது உயிர் மீன் போக்குவரத்து அல்லது தரையிறக்கப்படாத மீன் போக்குவரத்து மற்றும் இதர செயல்பாடுகளைக் குறிக்கும்;	
	(h)	"மீன்வளம்" என்பது மீன்பிடித்தல் மற்றும் மீன்பிடி தொடர்பான நடவடிக்கைகள் மற்றும் கடல் மீன் வளங்களை பயன்படுத்துதல், பாதுகாத்தல் மற்றும் மேலாண்மை செய்தல் ஆகியவற்றை உள்ளடக்கியது;	
	(i)	"மீன்வளத் தரவுகள்" என்பவை மீன்பிடித்தல் மேற்க்கொள்ளப்படும் சமூகப்பொருளாதார, உயிரியல் மற்றும் சுற்றுச்சூழல் அளவுருக்கள் பற்றிய தகவல்கள் ஆகும். இந்தத் தரவுகள் இந்தியாவின் மீன்வள ஆதாரங்களின் பாதுகாப்பு, மேலாண்மை மற்றும் அறிவியல் புரிதலுக்கு அவசியமானவை;	
	(j)	"மீன்பிடிக்கலன்கள்" என்பவை கடலில் மீன்பிடிக்க அது சார்ந்த நடவடிக்கைகளில் இயந்திரமயமாக்கப்பட்ட அல்லது இயந்திரமயமாக்கப்படாத ஒரு கப்பல் அல்லது படகு ஆகும்;	
	(k)	"அயல்நாட்டு மீன்பிடிக்கலன்கள்" என்பவை இந்திய மீன்பிடிக்கலன்களைத் தவிர மற்ற மீன்பிடிக்கலன்கள் ஆகும்;	
	(l)	"ஆழ்கடல்" என்பது பிரத்தியேகப் பொருளாதார மண்டலத்தின் எல்லைகளுக்கு வெளியே இருக்கும் வேறு எந்த நாட்டின் பிரத்தியேகப் பொருளாதார மண்டலத்திற்குள்ளும் வராத கடல்நீர் பகுதியை குறிக்கும்;	
	(m)	"இந்திய மீன்பிடிக்கலன்கள்" என்பவை இந்தியக் குடிமக்களுக்குச் சொந்தமான மீன்பிடிக்கலன்கள் மற்றும் வணிகக் கப்பல் சட்டம், 1958 அல்லது இந்தியாவில் தற்போது நடைமுறையில் உள்ள வேறு ஏதேனும் சட்டத்தின் விதிகளின் கீழ் பதிவுசெய்யப்பட்ட மீன்பிடிக்கலன்கள் என்று பொருள்படும்;	44 of 1958.
	(n)	"உரிமம்" என்பது மீன்பிடித்தல் மற்றும் மீன்பிடித்தல் தொடர்பான நடவடிக்கைகளுக்காக பிரிவு 17-இன் உட்பிரிவு 5-இன் கீழ் வழங்கப்பட்ட மீன்பிடி உரிமம் ஆகும்;	
	(o)	"உரிமம் வழங்கும் அதிகாரி" என்பவர் சம்பந்தப்பட்ட மாநில அரசின் கடல் மீன்பிடி ஒழுங்குமுறைச் சட்டங்களின் கீழ் நியமிக்கப்பட்ட அதிகாரி ஆவார்;	
	(p)	"இந்தியாவின் கடல்சார் மண்டலங்கள்" என்பவை இந்தியாவின் பிராந்திய கடற்ப்பகுதி மற்றும் இந்தியாவின் பிரத்தியேகப் பொருளாதார மண்டலம் ஆகியவற்றைக் குறிக்கும்;	
	(q)	மீன்பிடிக்கலன்களைப் பொறுத்த வரை, "தலைவர்" என்பவர் மீன்பிடிக்கலனில் கட்டளை இடும் அதிகாரம் மற்றும் பொறுப்புகளைக் கொண்ட நபர் ஆவார்;	
	(r)	"இயந்திரமயமாக்கப்பட்ட மீன்பிடிக்கலன்" *(Mechanised fishing vessel)* என்பது மீன்பிடிக்கலனின் உடற்பகுதியில் இயந்திரம் பொருத்தப்பட்டு அந்த இயந்திர சக்தியைப் பயன்படுத்தி மீன்பிடிக்கலனை செலுத்துவதற்கும், மீன்பிடி வலையை வீசுதல் மற்றும் இழுத்தல் போன்ற மீன்பிடி செயல்பாடுகளுக்கும் பயன்படுத்தப்படும் எந்த மீன்பிடிக்கலனையும் குறிக்கும்;	
	(s)	"இயந்திரம் பொறுத்தப்பட்ட மீன்பிடிக்கலன்" *(Motorised fishing vessel)* என்பது மீன்பிடிக்கலனை செலுத்துவதற்காக உட்பக்கம் அல்லது தற்காலிகமாக வெளிப்பக்கம் இயந்திரம் பொருத்தப்பட்ட மீன்பிடிக்கலன் ஆகும்;	
	(t)	"தேசியக் கடல் மீன்வளக் கொள்கை" என்பது பிரிவு 4-இன் கீழ் அறிவிக்கப்பட்ட தேசியக் கடல் மீன்வளக் கொள்கை ஆகும்;	

Page **2** of **19**

	(u) "இயந்திரம் பொருத்தப்படாத மீன்பிடிக்கலன்" *(Non-motorised fishing vessels)* என்பது மீன்பிடிக்கலனை உந்துவதற்க்கோ அல்லது மீன்பிடிப்பதற்க்கோ எந்தவிதமான இயந்திர சக்தியையும் பயன்படுத்தாத மீன்பிடிக்கலன் ஆகும்;	
	(v) "அறிவிப்பு" என்பது அதிகாரப்பூர்வ அரசிதழில் வெளியிடப்பட்ட அறிவிப்பு ஆகும். "அறிவித்தல்" என்ற பதம் அதற்கேற்ப பொருள் கொள்ளப்படும்;	
	(w) "இயக்குபவர்" என்பது ஒரு மீன்பிடிக்கலனின் உரிமையாளர் அல்லது தற்போதைக்கு மீன்பிடிக்கலனின் கட்டுப்பாட்டையும், நிர்வாகத்தையும் கொண்டவர் என்று பொருள்படும்;	
	(x) "மீன்பிடிக்கலனின் உரிமையாளர்" என்பவர் மீன்பிடிக்கலனின் முழு உரிமையாளர் அல்லது பங்குதாரர் ஆவார். விளக்கம்:- இந்த உட்பிரிவின் நோக்கங்களுக்காக, "நபர்" என்பது, இணைக்கப்பட்டாலும் இணைக்கப்படாமல் இருந்தாலும், எந்தவொரு தனிநபரையோ அல்லது கூட்டாண்மையையோ அல்லது எந்தவொரு பொது அல்லது தனியார் நிறுவனத்தையோ உள்ளடக்கியது.	
	(y) "பரிந்துரைக்கப்பட்ட" என்பது இந்த சட்டத்தின் கீழ் விதிகளால் பரிந்துரைக்கப்படுகிறது என்று பொருள்படும்.	
	(z) "பொழுதுபோக்கு மீன்பிடித்தல்" என்பது விளையாட்டு அல்லது மகிழ்ச்சிக்காக மீன் பிடிப்பதாகும்	
	(za) "சிறிய அளவிலான மீனவர்கள்" என்பவர்கள் பெரிய நிறுவனங்களைத் தவிர மற்ற உரிமையாளர் அல்லது தொழில்முனைவோரால் சிறிய அளவிலான முதலீடு மற்றும் ஆற்றலை பயன்படுத்தி வாழ்வாதாரத்திற்காகவோ, உள்நுகர்வுக்காகவோ அல்லது ஏற்றுமதிக்காகவோ ஒரு நாள் அல்லது பல நாள் மீன்பிடி பயணங்களை மேற்கொள்வோர்;	
	(zb) "சிறப்பு உரிமம்" என்பது பிரிவு 18-இன் கீழ் வழங்கப்பட்ட உரிமம் ஆகும்;	
	(zc) "மாநில அரசு" என்பது கடலோரப் பரப்புகளைக் கொண்ட மாநில அரசு மற்றும் யூனியன் பிரதேச நிர்வாகம் ஆகும்;	
	(zd) "பிராந்தியக் கடல்நீர் பகுதி" என்பது இந்தியாவின் பிராந்தியக் கடற்பகுதி, கண்டத்திட்டு, பிரத்தியேகப் பொருளாதார மண்டலம் மற்றும் மற்ற கடல்சார் மண்டலங்கள் சட்டம் 1976 உட்பிரிவு 3-இன் படி இந்தியாவின் பிராந்தியக் கடற்பகுதியை குறிப்பதாகும்;	80 of 1976.
	(ze) "பாரம்பரிய மீனவர்கள்" என்பவர்கள் வாழ்வாதாரத்திற்கான நற்தேவைகளுக்காக கடல் மீன்பிடித்தொழிலை மரபாகக் கொண்டு கடலோரப் பகுதிகளில் தொன்றுதொட்டு வசிக்கும் பாரம்பரிய மீனவர்கள் சமூகம் மற்றும் கைவினை மீனவர்கள் ஆவர்;	
	அத்தியாயம் 2 **மீன் வளங்களின் நிலையான வளர்ச்சி மற்றும் மேலாண்மை**	
தேசியக் கடல் மீன்வளக் கொள்கை	**4.** *(1)* மத்திய அரசு, மாநில அரசுகளுடன் கலந்தாலோசித்த பிறகு, கடல் மீன்வளம் குறித்த தேசியக் கொள்கையை தயாரித்து அறிவிக்கும்.	
	(2) தேசியக் கடல் மீன்வளக் கொள்கை சட்டத்தின் விதிகளை செயல்படுத்துவதற்கான உத்திகள் உட்பட கடல் மீன்வள மேம்பாட்டிற்கான பரந்த வழிகாட்டுதல்கள் அல்லது கொள்கைகளை வகுக்கும்.	
	(3) மத்திய அரசு அவ்வப்போது, துணைப்பிரிவு *1*-ன் கீழ் அறிவிக்கப்பட்ட தேசியக் கடல் மீன்வளக் கொள்கையை மறுபரிசீலனை செய்து திருத்தலாம்.	

Page **3** of **19**

கடல் மீன்வள மேம்பாட்டுத் திட்டம்	**5.** *(1)* மத்திய அரசு, மாநில அரசுகளுடன் கலந்தாலோசித்த பிறகு, கடல் மீன்வளம் குறித்த தேசியக் கொள்கைக்கு ஏற்ப ஒன்று அல்லது அதற்கு மேற்பட்ட கடல் மீன்வள மேம்பாட்டுத் திட்டங்களைத் தயாரித்து அறிவிக்கலாம்.	
	(2) கடல் மீன்வள மேம்பாட்டுத் திட்டம் பின்வருவனவற்றை மேம்படுத்துவதற்கான நடவடிக்கைகள் மற்றும் செயல்பாடுகளை உள்ளடக்கியதாக இருக்க வேண்டும்	
	(i) மதிப்புச் சங்கிலியுடன் கடல் மீன்வளத்தின் நிலையான வளர்ச்சி;	
	(ii) பாரம்பரிய மற்றும் சிறிய அளவிலான மீனவர்களின் வாழ்வாதாரம் மற்றும் நல்வாழ்வை மேம்படுத்துதல்;	
	(iii) செயற்கைப்பாறைகள் மற்றும் கடல் வளர்ப்பின் மூலம் மீன் வளத்தை மேம்படுத்துதல்;	
	(iv) பொழுதுபோக்கு மீன்பிடித்தல், நீர் விளையாட்டு, கடல் சார் சுற்றுலா போன்ற கூடுதல் வாழ்வாதார வாய்ப்புகளை மேம்படுத்துவதை நோக்கமாகக் கொண்ட பிற நடவடிக்கைகள்;	
	(v) கடல் மீனவர்களின் திறனை வளர்ப்பது;	
	(vi) மதிப்புச்சங்கிலியை வலுப்படுத்துவதற்குத் தேவையான அறுவடைக்கு பிந்தைய மீன்வள உள்கட்டமைப்பின் வளர்ச்சியை மேம்படுத்துதல்;	
	(vii) கடலில் மீனவர்களின் பாதுகாப்பு.	
கடல் மீன்வள மேலாண்மைத் திட்டம்	**6.** *(1)* மத்திய அரசு, மாநில அரசுகளுடன் கலந்தாலோசித்த பிறகு, கடல் மீன்வளத்தின் முழுத்திறனை உணர்ந்து, கடல் மீன்வளம் பற்றிய தேசியக் கொள்கைக்கு ஏற்ப ஒன்று அல்லது அதற்கு மேற்பட்ட கடல் மீன்வள மேலாண்மைத் திட்டங்களைத் தயார் செய்து அறிவிக்கலாம்.	
	(2) துணைப்பிரிவு *1*-ன் கீழ் அறிவிக்கப்பட்டுள்ள கடல் மீன்வள மேலாண்மைத் திட்டம், கடல்சார் மீன்வள பாதுகாப்பை உள்ளடக்கியதாக கீழ்க்கண்ட நடவடிக்கைகளைப் பின்பற்றுவதன் மூலம் கடல் மீன்வளங்களின் நீடித்தப் பயன்பாட்டில் கவனம் செலுத்தும்.	
	(i) மீன்பிடிக்கலங்களின் அளவு மற்றும் எண்ணிக்கையை முறைப்படுத்துதல்; *(ii)* இடம் மற்றும் காலத்திற்கேற்ப மீன்பிடிப்பை தடை செய்தல்; *(iii)* மீன் இனங்களின் வகைகளுக்கேற்ப வலைகளின் கண்ணி அளவை நிர்ணயம் செய்வதன் மூலம் குஞ்சு மீன்களை பாதுகாத்தல்; *(iv)* இடம் மற்றும் மீன் வகைகளுக்கேற்ப மீன்பிடி நடைமுறைகளை ஊக்குவித்தல்; *(v)* தேவையில்லாத கடல்வாழ் உயிரினங்கள் வலையில் அகப்படுவதை குறைத்தல்.	
	(3) மத்திய அரசானது துணைப்பிரிவுகள் *(1)* மற்றும் *(2)* இல் உள்ள விதிகளுக்கு பாரபட்சம் இல்லாமல் *(i)* இந்திய மீன்பிடிக்கலன்களால் ஆழ்கடலில் உள்ள மீன்வளங்களை நிலையான மற்றும் பொறுப்புடன் பயன்படுத்துவதற்கான நோக்கங்களுக்காக, பன்னாட்டு நிறுவனங்களில் இருந்து வெளிவரும் தீர்மானங்களுக்கு இணங்குவதற்கான நடவடிக்கைகள் மற்றும் இந்தியா கையெழுத்திட்டு இருக்கும் ஒப்பந்தங்கள் ஆகியவை பற்றிய குறிப்புரைகளை அவ்வப்போது தெரிவிக்கும்;	

Page **4** of **19**

	(ii) மீன் வளங்களின் முழுமையான மற்றும் நிலையான வளர்ச்சி நோக்கங்களுக்காக மாநில அரசுகளின் கலந்தாலோசித்த பிறகு பொறுப்பான மீன்வளத்திற்கான உலக உணவு மற்றும் வேளாண் அமைப்பின் *(FAO)* நடத்தை நெறிமுறையின் அடிப்படையிலான நடவடிக்கைகள், மீன்வள மேலாண்மை மற்றும் இணை மேலாண்மைக்கான சுற்றுச்சூழல் அணுகுமுறையை ஏற்றுக்கொள்வது மற்றும் தேவையான இடங்களில் முன்னெச்சரிக்கை அணுகுமுறையை மேற்கொள்வது போன்றவை தொடர்பான அறிவிப்புகளை செய்யும்.	
	(4) இந்தச் சட்டத்தின் கீழ் உள்ள ஒவ்வொரு உரிமதாரரும் உட்பிரிவுகள் *(2)* மற்றும் *(3)* -இன் கீழ் அறிவிக்கப்பட்ட நடவடிக்கைகளுக்கு இணங்க வேண்டும்	
கடல் மீன்வளத் தரவுகள்	**7.** *(1)* மத்திய அரசின் மீன்வளத்துறை, கடல் மீன்வளம் பற்றிய தேசிய தகவல் களஞ்சியமாக செயல்படும்.	
	(2) மத்திய அரசு, மாநில அரசுகள் மற்றும் நிறுவனங்கள் மற்றும் அவ்வப்போதைய தேவைகளுக்கான பிரதிநிதித்துவ ஸ்தாபனங்கள் ஆகியவற்றுடன் ஒருங்கிணைந்து *(i)* மீன்பிடி, மீன்வளங்கள், மீன் இறங்குதல், மீன்பிடி உள்கட்டமைப்பு, மீனவர்களின் சமூகப் பொருளாதார நிலைமைகள் தொடர்பான அனைத்துத் தகவல்களையும் தரவுகளையும் சேகரிக்கும்; *(ii)* பிரிவு *(1)*-இல் குறிப்பிடப்பட்டுள்ள தகவல்களை ஒருங்கிணைத்தல், செயலாக்குதல் மற்றும் பரப்புதல் போன்றவற்றை மேற்கொள்ளும்.	
	(3) துணைப்பிரிவு *(2)* -இல் குறிப்பிடப்பட்டுள்ள தகவல்களை சேகரித்தல், தொகுத்தல், செயலாக்குதல் மற்றும் பரப்புதல் ஆகியவை பரிந்துரைக்கப்பட்டபடி நடைபெற வேண்டும்.	
	(4) மத்திய அரசு, அறிவிப்பின் மூலம், உட்பிரிவு *(2)* -ன் துணை சார்பு *(1)* மற்றும் *(2)* -ன் கீழ் குறிப்பிடப்பட்டுள்ள ஒரு சில அல்லது அனைத்து செயல்பாடுகளையும், ஒன்று அதற்கு மேற்ப்பட்ட நிறுவனங்களிடம் ஒப்படைக்கலாம்.	
மீனவர்கள் மற்றும் மீன்பிடிக்கலன் களின் நலம் மற்றும் பாதுகாப்பு	**8.** *(1)* மத்திய அரசு, மாநில அரசுகளுடன் கலந்தாலோசித்து, மீன்வள மேலாண்மைக்கு ஆதரவளிப்பதற்கும், கடலில் உள்ள மீன்பிடிக்கலன்கள் மற்றும் மீனவர்களின் பாதுகாப்பை உறுதி செய்வதற்கும் கண்காணிப்பு, கட்டுப்பாடு மற்றும் கண்காணிப்பு அமைப்புகள் பராமரிக்கும்.	
	(2) மத்திய அரசு, துணைப்பிரிவு *(1)* -இன் நோக்கங்களுக்காக, மாநில அரசுகளுடன் கலந்தாலோசித்த பிறகு, பல்வேறு வகை மீன்பிடிக்கலன்கள் மற்றும் அவற்றின் பரப்பளவு அல்லது செயல்படும் பகுதிகளுக்கான கண்காணிப்பு, கட்டுப்பாடு மற்றும் கண்காணிப்பு தரநிலைகளை வகுத்தல் உள்ளிட்ட நடவடிக்கைகளை பரிந்துரைக்கும்.	
	(3) மீன்பிடிக்கலனில் உள்ள ஒவ்வொரு மீனவரும் மற்றும் ஊழியர்களும் ஆதார் அட்டை உட்பட அவர்களது அடையாளச்சான்றை எடுத்துச் செல்ல வேண்டும்	
சட்டவிரோத, தெறிவிக்கப்ப டாத மற்றும் ஒழுங்குபடுத்த ப்படாத மீன்பிடித்தல் மீதான தேசிய நடவடிக்கைத் திட்டம்	**9.** *(1)* மத்திய அரசு, மாநில அரசுகளுடன் கலந்தாலோசித்த பிறகு, உலக உணவு மற்றும் வேளாண் அமைப்பின் வழிகாட்டுதல்களின் அடிப்படையில் ஏற்படுத்தப்பட்ட, சட்டவிரோத, தெறிவிக்கப்படாத மற்றும் ஒழுங்குபடுத்தப்படாத மீன்பிடி தடுப்பு மற்றும் அத்தகைய மீன்பிடிப்பை அறவே ஒழித்தல் தொடர்பான சர்வதேச செயல்திட்டத்திற்கிணங்க தேசிய செயல் திட்டத்தை அறிவிக்கும்.	

Page **5** of **19**

	(2) உட்பிரிவு (1) -இன் கீழ் அறிவிக்கப்பட்ட தேசிய செயல்திட்டம், பிரத்தியேக பொருளாதார மண்டலம் மற்றும் ஆழ்கடல்களில் சட்டவிரோதமான, தெறிவிக்கப்படாத மற்றும் ஒழுங்குபடுத்தப்படாத மீன்பிடித்தலைக் (IUU fishing) கட்டுப்படுத்துவதற்காக பின்வரும் கட்டமைப்பை வழங்கும். (i) IUU மீன்பிடித்தலை எதிர்கொள்வதன் நோக்கம் மற்றும் சவால்களை மதிப்பீடு செய்தல்; (ii) பல்வேறு மேலாண்மை மற்றும் ஒழுங்குபடுத்தும் அதிகாரிகளின் பங்கு மற்றும் செயல்பாடுகளை அடையாளம் காணுதல்; (iii) பங்குதாரர்களின் பொறுப்புகளை உணர வைத்தல் ; மற்றும் (iv) மத்திய அரசு அத்தியாவசியம் என்று கருதும் பிற தேவைகள்.	
	(3) மத்திய அரசு, இந்த பிரிவின் விதிகளை நடைமுறைப்படுத்தும் நோக்கங்களுக்காக, இந்த சட்டத்தின் கீழ் ஒவ்வொரு உரிமதாரரும் கடைப்பிடிக்க வேண்டிய அத்தகைய நடவடிக்கைகளை துணைப்பிரிவு (1) -இன் கீழ் வெளியிடப்பட்ட அறிவிப்பில் குறிப்பிடலாம்.	
பாரம்பரிய மற்றும் சிறிய அளவிலான மீனவர்களுக்கு ஆதரவு	**10.** இயந்திரம் பொருத்தப்படாத மீன்பிடிக்கலன்களை இயக்கும் மீனவர்கள் உட்பட பாரம்பரிய மற்றும் சிறிய அளவிலான மீனவர்களின் வாழ்வாதாரம் மற்றும் சமூகப் பொருளாதார நல்வாழ்வை மேம்படுத்துவதற்காக, மாநில அரசுகளுடன் கலந்தாலோசித்த பிறகு, மத்திய அரசு பரிந்துரைக்கக்கூடிய நடவடிக்கைகளை மேற்கொள்ளும்.	
அயல்நாட்டு பிடிக்கலன்கள் மூலம் மீன்பிடிக்க தடை	**11.** இந்தச் சட்டத்தின் கீழ் இந்திய கடல் பகுதிகளில் எந்த அயல்நாட்டு மீன்பிடிக்கலனும் மீன்பிடித்தல் அல்லது மீன்பிடித்தல் தொடர்பான நடவடிக்கைகளில் ஈடுபடக்கூடாது.	
அயல்நாட்டு மீன்பிடிக்கலன்கள் கடந்து செல்லுதல்	**12.** இந்திய கடற்பகுதி வழியாகச் செல்லும் ஒவ்வொரு அயல்நாட்டு மீன்பிடிக்கலனும், பரிந்துரைக்கப்படும் நடைமுறையைப் பின்பற்ற வேண்டும்.	
அழிவை ஏற்படுத்தக்கூடிய மீன் பிடிப்பதற்கான தடை	**13.** எந்தவொரு நபரும் வெடி வெடிக்கும் பொருட்கள், விஷம், தீங்கு விளைவிக்கும் இரசாயனங்கள், அழிவை ஏற்படுத்தக்கூடிய பொருட்கள், செயற்கை ஒளி போன்ற மீன்களுக்கு பாதிப்பை ஏற்படுத்தக்கூடிய முறைகள் ஆகியவற்றை பயன்படுத்தக்கூடாது.	
	இருந்தபோதிலும் பரிந்துரைக்கப்பட்ட சில மீன்பிடி முறைகளில் செயற்கை ஒளியின் பயன்பாடு அனுமதிக்கப்படலாம்	
	மேலும், மத்திய அரசு, மாநில அரசுகளுடன் கலந்தாலோசித்த பிறகு, இந்த பிரிவின் கீழ் தடைசெய்யப்பட்ட அல்லது தடைசெய்யப்பட்ட வெடிக்கும் பொருள், அழிவை ஏற்படுத்தும் பொருட்கள் அல்லது மீன்பிடி முறைகளை அறிவிப்பின் மூலம் வெளியிடும்.	
இளம்குஞ்சு மீன்களை பிடிக்கத் தடை	**14.** (1) பிரத்தியேகப் பொருளாதார மண்டலத்திலோ அல்லது ஆழ்கடலிலோ எந்தவொரு நபரும் இளம்குஞ்சு மீன்பிடித்தல் அல்லது மீன்பிடித்தல் தொடர்பான நடவடிக்கைகளை மேற்கொள்ளக்கூடாது	
	(2) மத்திய அரசு, மாநில அரசுகளுடன் கலந்தாலோசித்த பிறகு, இளம்குஞ்சு மீன்பிடித்தல் அல்லது மீன்பிடித்தல் தொடர்பான நடவடிக்கைகளைத் தடுப்பதற்கான நடவடிக்கைகளை பரிந்துரைக்கும்	
	(3) இந்த பிரிவின் நோக்கங்களுக்காக, மத்திய அரசு, அறிவிப்பின் மூலம், இளம்குஞ்சு மீன் வகைக்குள் வரும் பல்வேறு மீன் இனங்களுக்கான இளம்குஞ்சு மீன் அளவுகளைக் குறிப்பிடும்.	

இந்திய மீன்பிடிக்கலன் களின் மீன்பிடி உரிமம்	**15.** *(1)* இந்தச் சட்டம் அமல்படுத்தப்பட்ட நாளிலிருந்து *180* நாட்கள் முடியும்போது, இந்தச் சட்டத்தின் கீழ் செல்லுபடியாகும் உரிமம் இல்லாமல் பிரத்தியேகப் பொருளாதார மண்டலம் மற்றும் ஆழ்கடலில் எந்த ஒரு இந்திய மீன்பிடிக்கலனும் மீன்பிடித்தல் மற்றும் மீன்பிடித்தல் தொடர்பான நடவடிக்கைகளில் ஈடுபடக்கூடாது.	
	(2) துணைப்பிரிவு *(1)* -இன் விதிகள் இயந்திரம் பொருத்தப்படாத மீன்பிடிக்கலன்களுக்கு பொருந்தாது	
உரிமம் வழங்கும் அதிகாரி	**16.** மாநில அரசுகளின் உரிமம் வழங்கும் அதிகாரி இந்தச் சட்டத்தின் நோக்கங்களுக்காக உரிமம் வழங்கும் அதிகாரியாக இருப்பார்.	
உரிமத்திற்கான நிபந்தனைகள்	**17.** *(1)* எந்த இந்திய மீன்பிடிக்கலனின் உரிமையாளரும், பிரத்தியேகப் பொருளாதார மண்டலம், ஆழ்கடல் அல்லது இரண்டிலும் மீன்பிடித்தல் மற்றும் மீன்பிடித்தல் தொடர்பான நடவடிக்கைகளுக்கு உரிமம் வழங்கும் ஆணையத்திடம் விண்ணப்பிக்கலாம்.	
	(2) உட்பிரிவு *(1)* -இன் கீழ் உள்ள ஒவ்வொரு விண்ணப்பமும் உரிய படிவத்தில் உரிய விவரங்களைக் கொண்டிருப்பதுடன் பரிந்துரைக்கப்படக்கூடிய கட்டணங்களுடன் இருக்க வேண்டும்.	
	மீன்பிடிக்கலன்கள், அவற்றின் வகைகள் மற்றும் பரப்பளவு அல்லது செயல்படும் பகுதிகள் அடிப்படையில் உரிமத்திற்கான வெவ்வேறு கட்டணங்கள் பரிந்துரைக்கப்படலாம்	
	(3) மாநில அரசுகளுடன் கலந்தாலோசித்த பிறகு துணைப்பிரிவு *(2)* -இன் கீழ் உரிமத்திற்கான கட்டணத்தை மத்திய அரசு தீர்மானிக்கும்	
	(4) துணைப்பிரிவு *(2)* -இல் குறிப்பிடப்பட்டுள்ள உரிமக்கட்டணம் நிர்ணயிக்கப்பட்ட முறையில் வசூலிக்கப்படும்	
	(5) உரிமம் உரிய வடிவத்திலும், முறையிலும் மற்றும் பரிந்துரைக்கப்பட்ட நேரத்திற்குள்ளும் வழங்கப்பட வேண்டும். அந்த உரிமமானது, உரிமத்தில் குறிப்பிட்டுள்ள காலத்திற்குள் மட்டுமே செல்லுபடியாகும்.	
	இந்த உட்பிரிவில் உள்ள எதுவும், பிராந்தியக் கடற்பகுதியில் மீன்பிடித்தல் மற்றும் பிரத்தியேகப் பொருளாதார மண்டலத்தில் மீன்பிடித்தல் மற்றும் மீன்பிடித்தல் தொடர்பான நடவடிக்கைகளுக்கான ஒருங்கிணைந்த உரிமத்தை வழங்கும் உரிம அதிகாரத்தை தடுக்காது.	
	மேலும், பிராந்திய கடற்பகுதியில் மீன்பிடிப்பதற்கான உரிமம் பெற்றுள்ள ஒரு நபர் பிரத்தியேகப் பொருளாதார மண்டலத்தில் மீன்பிடித்தல் மற்றும் மீன்பிடித்தல் தொடர்பான நடவடிக்கைகளுக்காகவும் விண்ணப்பித்தால், தனித்தனி உரிமம் வழங்குவதற்குப் பதிலாக, ஒருங்கிணைந்த உரிமம் வழங்கப்படலாம்.	
	(6) துணைப்பிரிவு *(5)* -இன் கீழ் உரிமம் வழங்கும்போது, உரிமம் வழங்கும் அதிகாரம் பின்வருவனவற்றைக் கொண்டிருக்கும்	
	(i) மீன்பிடிக்கலனின் கடலில் செல்வதற்கான தகுதி மற்றும் பாதுகாப்பு மற்றும் பராமரிப்பு விதிமுறைகள் வணிகக் கப்பல் சட்டம், *1958* –ன் படியும்; மற்றும் சட்டம் ஒழுங்கை பராமரித்தல் அல்லது பொது நலன் சார்ந்த வேறு எந்த விஷயங்களும்;	44 of 1958.
	(ii) பிரிவு *6* -இன் கீழ் அறிவிக்கப்பட்ட நடவடிக்கைகளின் தேவைகள்;	
	(iii) பிரிவு *9* -இன் கீழ் அறிவிக்கப்பட்ட நடவடிக்கைகளின் தேவைகள் .	
	(7) இந்தப் பிரிவின் கீழ் உரிமம் வழங்க மறுப்பது விண்ணப்பதாரருக்கு எழுத்துப்பூர்வ உத்தரவின் மூலம் தெரிவிக்கப்படும். மேலும் அத்தகைய உத்தரவு மீன்பிடிக்கலனின் ஒரு வகை அல்லது பிரிவுடன் தொடர்புடையதாக இருக்கலாம் என அந்த உத்தரவில் குறிப்பிடப்பட்டிருக்கும்.	

	(8) இச்சட்டத்தின் கீழ் வழங்கப்பட்ட உரிமம், வேறு யாருக்கும் மாறுதல் செய்யப்படக் கூடியதாகவோ, பரிந்துரைக்கப்பட்ட சூழ்நிலைகளைத் தவிர, வேறு எந்த மூன்றாம் தரப்பினருக்கும் ஆதாரவாகவோ இருக்காது.	
குறிப்பிட்ட மீன்பிடி செயல்பாடுகளுக்கான சிறப்பு உரிமம்	**18.** *(1)* பொழுதுபோக்கிற்கான மீன்பிடித்தல், நீர் விளையாட்டுகள், கடல்சார் சுற்றுலா மற்றும் வேறு எந்த நடவடிக்கைகளையும் அனுமதிப்பதற்கான சிறப்பு உரிமம் வழங்க மத்திய அரசு மாநில அரசுக்கு அங்கீகாரம் அளிக்கலாம்.	
	(2) மத்திய அரசு ஒரு மீன்பிடிக்கலனை ஆய்வுக்காகவோ, மீன் வளம் தொடர்பான அறிவியல் ஆராய்ச்சிக்காகவோ ஒரு சிறப்பு உரிமத்தின் மூலம் சில நிபந்தனைகளின் பெயரில் அனுமதிக்கலாம்.	
உரிமத்தை நிறுத்தி வைத்தல் அல்லது ரத்து செய்தல்.	**19.** *(1)* ஓர் உரிமதாரர், உரிமம் பெறுவதற்கான அல்லது உரிமத்தை புதுப்பிப்பதற்கான விண்ணப்பத்தில் ஏதேனும் தவறான அல்லது உண்மைக்குப் புறம்பான தகவல்களை அளித்திருந்தால், அந்த உரிமத்தை ஓர் ஆணையின் மூலம் நிறுத்தி வைக்கவோ அல்லது ரத்து செய்யவோ உரிமம் வழங்கும் அதிகார அமைப்புக்கு உரிமை உண்டு.	
	(2) உரிமதாரர் இந்த சட்டத்தின் எந்தவொரு விதிகளுக்கும் மீண்டும் மீண்டும் இணங்காமல் இருந்திருந்தால், அதுபோன்ற முறைகேடுகள் இனிவரும் காலங்களில் நடக்காமல் இருக்க உரிமம் வழங்கும் அதிகார அமைப்பானது அத்தகைய உரிமத்தை நிறுத்தி வைக்க முடியும்.	
	(3) உரிமம் வைத்திருப்பவர் தன் தரப்பை சொல்வதற்கு நியாயமான வாய்ப்புகள் வழங்கப்படாமல், இந்தப் பிரிவின் கீழ் எந்த உரிமமும் இடைநிறுத்தப்படவோ அல்லது ரத்து செய்யப்படவோ கூடாது.	
	(4) மத்திய அரசு பொதுநலத்திற்காகவும், சட்டம் மற்றும் ஒழுங்கைப் பாதுகாக்கவும், இச்சட்டத்தின்படி உரிமதாரர் அரசுக்கு ஏதேனும் அபராதம் செலுத்தப்பட வேண்டியது இருந்தாலும், மேற்கண்டவை தொடர்பாக இச்சட்டத்தில் எதுவும் சொல்லப்படவில்லை என்றாலும், அவ்வித உரிமத்தை எந்தவித பாரபட்சமும் இல்லாமல் நிறுத்திவைக்கவோ அல்லது ரத்து செய்யவோ மத்திய அரசாங்கத்திற்கு உரிமை உண்டு.	
	(5) இந்தப் பிரிவின் கீழ் உரிமம் இடைநிறுத்தப்பட்ட ஒவ்வொரு நபரும், அத்தகைய இடைநீக்கம் செய்யப்பட்ட உடனேயே, மீன்பிடிப்பதை நிறுத்த வேண்டும் அல்லது அத்தகைய உரிமம் வழங்கப்பட்ட மீன்பிடி தொடர்பான நடவடிக்கைகளில் ஈடுபடக்கூடாது, மேலும் இடைநீக்க உத்தரவை எழுத்துப்பூர்வமாக ரத்து செய்யப்படும் வரை அத்தகைய நடவடிக்கைகளை மீண்டும் செய்யக்கூடாது.	
	(6) உரிமம் இடைநிறுத்தப்பட்ட அல்லது ரத்து செய்யப்பட்ட உரிமத்தை வைத்திருப்பவர், இடைநீக்கம் செய்யப்பட்ட அல்லது ரத்து செய்யப்பட்ட உடனேயே, உரிமத்தை உரிமம் வழங்கும் அதிகாரியிடம் ஒப்படைக்க வேண்டும்.	
கட்டணங்கள் விதிப்பு மற்றும் கட்டண விலக்கு	**20.** *(1)* இந்தச் சட்டத்தின் கீழ் ஒவ்வொரு மீன்பிடித்தல் மற்றும் மீன்பிடித்தல் தொடர்பான நடவடிக்கைகளும், மாநில அரசுகளுடன் கலந்தாலோசித்த பிறகு, மத்திய அரசால் நிர்ணயிக்கப்படும் கட்டணங்களுக்கு உட்பட்டது.	
	மீன்பிடிக்கலன்களின் வகைகள் மற்றும் பிரிவுகளுக்கு ஏற்ப அல்லது மீன்பிடிக்கலன்களின் செயல்படும் பகுதிகளுக்கு ஏற்ப பல்வேறு விதமான கட்டணங்கள் விதிக்கப்படலாம்.	
	(2) சட்டப்பிரிவின் கீழ் மத்திய அரசானது, ஒரு அறிவிப்பின் மூலம், இயந்திரம் அல்லாத மீன்பிடிக்கலன்கள், இயந்திரம் பொருத்தப்பட்ட மீன்பிடிக்கலன்கள், அறிவியல் ஆராய்ச்சி ஆய்வுக்கலன்கள் மற்றும் பிற வகை மீன்பிடிக்கலன்களுக்கு கட்டண விதிப்பிலிருந்து விலக்கு அளிக்கும்.	

	(3) மத்திய அரசு, மாநில அரசுகளுடன் கலந்தாலோசித்த பிறகு, ஓர் அறிவிப்பின் மூலம், சில மீன்பிடிக்கலன் வகைகள் மற்றும் பிரிவுகளுக்கும், அல்லது இயந்திரமயமாக்கப்பட்ட மீன்பிடிக்கலன்கள் மற்றும் மீன்பிடி தொடர்பான நடவடிக்கைகளில் ஈடுபடும் பிற கலன்களுக்கும் இந்தப் பிரிவின் கீழ் விதிக்கப்படும் கட்டண விதிப்பிலிருந்து விலக்கு அளிக்கலாம்.	
	அத்தியாயம் 3 **கடல் மீன்வளம் தொடர்பான ஆலோசனைக் குழு**	
கடல்மீன்வளம் பற்றிய ஆலோசனைக் குழு	**21.** *(1)* மத்திய அரசு, ஓர் அறிவிப்பின் மூலம், மத்திய அரசு, மாநில அரசுகள், மீனவர்கள் மற்றும் மீன்பிடி அமைப்புகள் மற்றும் சங்கங்கள், நிறுவனங்கள் மற்றும் நிபுணர்களின் பிரதிநிதிகளைக் கொண்ட கடல் மீன்வளம் குறித்த ஆலோசனைக் குழு ஒன்றை அமைக்கும்.	
	(2) கடல் மீன் வளம் தொடர்பான ஆலோசனைக் குழு, கடல்மீன்வள மேம்பாடு மற்றும் மேலாண்மை, மீனவர்கள் நலன் மற்றும் இந்தச் சட்டத்தை அமல்படுத்துவது குறித்த ஆலோசனைகளை மத்திய அரசுக்கு வழங்கும்.	
	(3) ஆலோசனைக் குழுவின் அமைப்பு, அதன் பரிவர்த்தனை முறை உட்பட்ட அதன் செயல்பாட்டின் விதிமுறைகள், அவ்வப்போது அரசால் பரிந்துரைக்கப்படுவதற்கேற்ப அமையும்.	
	(4) ஆலோசனைக் குழுவுக்கு உதவியாகவும், துணையாகவும் செயல்படுவதற்கு பல உப ஆலோசனைக் குழுக்களை மத்திய அரசு அவ்வப்போது உருவாக்கலாம்.	
	அத்தியாயம் 4 **அங்கீகரிக்கப்பட்ட அதிகாரிகள் மற்றும் குற்றங்களின் தீர்ப்பு**	
அங்கீகரிக்கப்பட்ட அதிகாரிகள்	**22.** மாநில அரசுகளுடன் கலந்தாலோசித்த பிறகு, மத்திய அரசு ஓர் அறிவிப்பின் மூலம், மத்திய அல்லது மாநில அரசு அதிகாரிகள் ஆகியோரை உள்ளடக்கிய குழுவை நியமிக்கும். அவ்வப்போது சொல்லப்படும் எண்ணிக்கைக்கேற்ப அமர்த்தப்படும் இக்குழுவில் உள்ள அங்கீகரிக்கப்பட்ட அதிகாரிகள், குறிப்பிடப்படும் மீன்பிடிக்கலன்களின் வகைகள் மற்றும் அவற்றின் செயல்பாட்டு இடங்கள் ஆகியவற்றைப் பொறுத்து இச்சட்டத்தை செயல்படுத்தும் அதிகாரிகளாக இருப்பர்.	30 of 1978.
அங்கீகரிக்கப்பட்ட அதிகாரிகளின் அதிகாரங்கள்	**23.** *(1)* எந்தவொரு அங்கீகரிக்கப்பட்ட அதிகாரியும், எந்த மீன்பிடிக்கலனாவது இந்தச் சட்டத்தின் விதிகளுக்கு முரணாகப் பயன்படுத்தப்படுவதாகவோ அல்லது செயல்பாடு மேற்கொள்ளப்படுவதாகவோ கண்டறிந்தால் எந்தவித பிடியாணையுடனோ அல்லது பிடியாணை இல்லாமலோ-	
	(a) மீன்பிடிக்கலன்களை நிறுத்தி அதில் ஏறி அம்மீன்பிடிக்கலனில் உள்ள மீன் மற்றும் மீன் பிடிப்பதற்கானத் தளவாடங்கள் போன்றவற்றைத் தேடவோ, சோதனையிடவோ செய்யலாம்;	
	(b) மீன்பிடிக்கலனை இயக்குபவரின் பதிவு ஆவணங்கள், தினசரிக் குறிப்புப் புத்தகம், மீன்பிடிக்கலன் தொடர்பான மற்ற ஆவணங்கள் அல்லது அந்த ஆவணங்களின் நகல்கள் போன்றவற்றை சோதிக்கவோ, பார்க்கவோ கேட்டுப்பெறலாம்;	
	(c) மீன்பிடிக்கலனில் உள்ள கடலில் பிடித்தவைகளையோ, மீன்பிடி உபகரணங்கள் அல்லது மீன்பிடிக்கலத்திற்குச் சொந்தமான உபகரணங்கள், அவை தொடர்பான ஆவணங்கள் போன்றவற்றை ஆய்வு செய்யலாம்;	
	(d) இந்தச் சட்டத்தின் விதிகளுக்கு இணங்குவதை உறுதி செய்வதற்குத் தேவையான விசாரணைகளை மேற்கொள்ளலாம்.	

Page 9 of 19

	(2) இந்தச் சட்டத்தின் கீழ் எந்தவொரு அயல்நாட்டு மீன்பிடிக்கலனும் இந்தியாவில் ஏதேனும் சட்டவிரோதச் செயலில் ஈடுபட்டிருந்து, அது ஒரு குற்றத்தைச் செய்திருப்பதாக அங்கீகரிக்கப்பட்ட அதிகாரி நம்புவதற்குக் காரணமாக இருந்தால், அந்த அதிகாரி பிடியாணையுடனோ, பிடியாணை இல்லாமலோ-	
	(a) அத்தகைய கலன் மற்றும் கலனுக்கு சொந்தமான துணைக்கருவி, மீன்பிடிப்பு, மீன்பிடி உபகரணங்கள், சேகரிப்புகள் அல்லது சரக்குகளுடன் அத்தகைய கலனைப் பறிமுதல் செய்து தடுத்து வைக்கலாம்; *(b)* அக்கலனால் கைவிடப்பட்ட மீன்பிடி உபகரணங்களை கைப்பற்றி பிடித்து வைக்கலாம்; *(c)* குற்றத்தைச் செய்த அத்தகைய நபரைக் கைது செய்து, மத்திய அரசால் அறிவிக்கப்பட்ட துறைமுகத்திற்குக் கலனைக் கொண்டு வருமாறு பறிமுதல் செய்யப்பட்ட வெளிநாட்டு மீன்பிடிக்கலனின் தலைவர் அல்லது நடத்துனருக்குக் கட்டளையிடலாம்.	
	மேற்கண்ட வகையில் பறிமுதல் செய்யப்பட்ட மீன்பிடிக்கலனின்மீது, பிடிபட்ட கலனை பழுது பார்க்கும் இடத்திற்குக் கொண்டு வருதல், அம்மீன்பிடிக்கலனைப் பராமரித்தல், அம்மீன்பிடிக்கலனால் பிடிக்கப்பட்ட உயிர் மீன்பிடிப்பை, உரிய வகையில் பராமரித்தல் போன்றவற்றுக்கான கட்டணங்கள் விதிக்கப்படும்.	
	(3) துணைப்பிரிவு *(2)* -இன் கீழ், அயல்நாட்டு மீன்பிடிக்கலனுக்கு எதிராக எந்த நடவடிக்கையும் எடுக்கும்போது, அங்கீகரிக்கப்பட்ட அதிகாரி நியாயமாகத் தேவையான பலத்தைப் பயன்படுத்தலாம். அவ்வாறு பிடிக்கப்பட்டவரின் விவரங்களை எவ்வளவு விரைவாக தெரிவிக்க முடியுமோ அவ்வளவு விரைவில் மத்திய அரசுக்கு எழுத்துப்பூர்வமாகத் தெரிவிக்க வேண்டும். கைது செய்யப்பட்ட நபர்களை குற்றத்தின் அறிக்கையுடன், ஒரு முதல் வகுப்பு மாஜிஸ்திரேட் அல்லது ஒரு பெருநகர மாஜிஸ்திரேட் முன்பு விசாரணையைத் தொடங்கும் வகையில் ஒப்படைக்க வேண்டும்.	
	(4) அங்கீகரிக்கப்பட்ட அதிகாரி, ஓர் இந்திய மீன்பிடிக்கலனானது பிரிவு *6* அல்லது பிரிவு *8* -இன் உட்பிரிவு *(2)* அல்லது பிரிவு *17* ஆகிய விதிமுறைகளை மீறியதாக நம்புவதற்கு காரணம் இருந்தால், அவர் அத்தகைய மீறல் அறிக்கையைத் தயாரித்து, பிடிபட்ட மீன்பிடிக்கலனுக்கு எதிரான நடவடிக்கைகளைத் தொடங்க, சம்பந்தப்பட்ட தீர்ப்பு அதிகாரியிடம் சமர்ப்பிக்க வேண்டும். அறிக்கையின் நகல் கலனின் உரிமையாளர் அல்லது கலனின் கட்டளையிடும் நபருக்கும் வழங்கப்பட வேண்டும்.	
	இந்த உட்பிரிவின் கீழ் ஒரு குற்றத்திற்காக அங்கீகரிக்கப்பட்ட அதிகாரி எந்த மீன் பிடிப்பையும் அல்லது மீன்பிடி சாதனங்களையும் பறிமுதல் செய்யக்கூடாது.	
	(5) அங்கீகரிக்கப்பட்ட அதிகாரி, இந்திய மீன்பிடிக்கலன் பிரிவு *6* அல்லது பிரிவு *13* அல்லது பிரிவு *14* அல்லது பிரிவு *15* ஆகியவற்றின் விதிகளை மீறியதாக நம்புவதற்கு காரணம் உள்ளது எனில், அவர் *(i)* மீன்பிடிப்பு, மீன்பிடி உபகரணங்கள், சேகரிப்புகள் அல்லது சரக்குகளுடன் கலனின் ஆவணங்களையும் கைப்பற்றலாம்; *(ii)* கலனின் உரிமையாளர் அல்லது கலனின் கட்டளையிடும் நபரை, கலனை குறிப்பிட்ட இடத்தில் நிறுத்துவதற்கு எழுத்துப்பூர்வமாக வழிநடத்தலாம்; *(iii)* அத்தகைய மீறல் பற்றிய அறிக்கையைத் தயாரித்து, நடவடிக்கைகளைத் தொடங்குவதற்கு சம்பந்தப்பட்ட தீர்ப்பளிக்கும் அதிகாரியிடம் சமர்ப்பிக்கலாம்	

Page 10 of 19

	(6) இந்தச் சட்டத்தின் கீழ் எந்தவொரு மீன்பிடிக்கலனும் பிரத்தியேகப் பொருளாதார மண்டலத்தைத் தாண்டி மீன் பிடிக்கும் குற்றம் செய்வதை, அதிகாரம் அளிக்கப்பட்ட ஓர் அலுவலர் கண்டுபிடிக்கும் போது, இந்தப் பிரிவால் அங்கீகரிக்கப்பட்ட அதிகாரிக்கு வழங்கப்பட்ட அதிகாரங்கள் மற்றும் வரம்புகளையும் தாண்டியும் தன் அதிகாரத்தை பயன்படுத்தலாம். அதே நேரத்தில் அது நடப்பிலுள்ள பன்னாட்டு மற்றும் இந்திய சட்டங்களுக்கு பொருந்துவதாகவும் இருக்க வேண்டும்.	
	(7) மத்திய அரசு, மாநில அரசுகளுடன் கலந்தாலோசித்த பிறகு, ஆழ்கடலில் இயங்கும் இந்திய மீன்பிடிக்கலன்களைக் கட்டுப்படுத்தும் அங்கீகரிக்கப்பட்ட அதிகாரிக்கான செயல்பாடுகள் மற்றும் கடமைகள் போன்றவற்றை ஓர் அறிவிப்பு மூலம் வழங்கலாம்.	
தீர்ப்பு	**24.** *(1)* பிரிவு *23* -இன் உட்பிரிவு *(4)* அல்லது உட்பிரிவு *(5)* -இன் கீழ், அறிக்கை கிடைத்தவுடன், தீர்ப்பு வழங்கும் அதிகாரி, பரிந்துரைக்கப்பட்ட விதத்தில் நடவடிக்கைகளைத் தொடங்கி, அறிக்கையில் உள்ள விஷயங்கள் குறித்து விசாரணை நடத்தி, சம்பந்தப்பட்ட அனைத்து தரப்பினரிடமிருந்தும் நியாயமாகக் கேட்க வேண்டியவற்றை கேட்டு, பிறகு அதன் மீது தனது முடிவை அளிக்க வேண்டும்.	
	(2) இந்த சட்டத்தின் கீழ் விதிக்கப்படும் அபராதத்துக்கும் மேலாக, தீர்ப்பு வழங்கும் அதிகாரம் பெற்ற நபர் அல்லது முதல் வகுப்பு மாஜிஸ்திரேட் அல்லது ஒரு பெருநகர மாஜிஸ்திரேட் ஆகியவர்களில் யாராக இருந்தாலும், பிரிவு *23* -இன் கீழ், கைப்பற்றப்பட்ட மீன் இயற்கையிலேயே விரைவாகக் கெட்டுப்போகக் கூடியது எனக் கருதினால், அவர் அத்தகைய மீன்களை பொது ஏலத்தில் விற்க உத்தரவிடலாம். பொது ஏல விற்பனை மூலம் பெறப்பட்ட தொகையை அவர் தன்னுடைய பாதுகாப்பானக் கட்டுப்பாட்டில் வைத்திருக்க வேண்டும்.	
	(3) தீர்ப்பு வழங்கும் அதிகாரம் பெற்ற நபர் அல்லது முதல் வகுப்பு மாஜிஸ்திரேட் அல்லது ஒரு பெருநகர மாஜிஸ்திரேட்டின் இறுதி முடிவின் பேரில், உட்பிரிவு *(2)* -இல் குறிப்பிடப்பட்டுள்ளபடி, விற்பனை அல்லது ஏலம் அல்லது அதனுடன் தொடர்புடைய பிற செலவுகளைக் கழித்த பிறகு, மீதமுள்ள தொகை கடல் மீன்வள மேம்பாட்டு நிதியில் வரவு வைக்கப்படும். அல்லது அந்தத் தொகை மீன்பிடிக்கலத்தின் உரிமையாளர் அல்லது யாரிடமிருந்து குற்றம் சுமத்தப்பட்ட பிறகு கைப்பற்றப்பட்டதோ அந்த நபர் குற்றமற்றவர் என்று நிரூபிக்கப்பட்ட பிறகு அத்தொகை அந்நபருக்கு அளிக்கப்படும்.	
	(4) பிரிவு *18* -இன் கீழ் வழங்கப்பட்ட சிறப்பு உரிமத்தின் விதிமுறைகள் மற்றும் நிபந்தனைகளின் எந்தவொரு மீறலையும் தீர்ப்பதற்கான நடைமுறை, பரிந்துரைக்கப்பட்டபடி இருக்க வேண்டும்.	
தீர்ப்பளிக்கும் அதிகாரி	**25.** பிரிவு *23* இன் உட்பிரிவு *(4)* மற்றும் உட்பிரிவு *(5)* -இன் படி தீர்ப்பு வழங்கும் அதிகாரம் பெற்ற நபர், மாநில அரசைக் கலந்தாலோசித்த பிறகு மத்திய அரசால் அறிவிக்கப்படக்கூடிய, மாவட்டத்தின் மீன்வள உதவி இயக்குநர் பதவிக்குக் குறைவாக இல்லாத மாநில அரசு அதிகாரியாக இருப்பார்.	
மேல்முறையீட்டு அதிகாரி	**26.** சம்பந்தப்பட்ட மாநில அரசுடன் கலந்தாலோசித்த பிறகு மத்திய அரசால் அறிவிக்கப்படும் மாநில அரசின் கூடுதல் இயக்குநர் (மீன்வளத்துறை) பதவிக்குக் கீழே இல்லாத அதிகாரி இந்த சட்டத்தின் நோக்கங்களுக்காக மேல்முறையீட்டு அதிகாரியாக இருப்பார்.	
மேல்முறையீடுகள்	**27.** *(1)* பிரிவு *24* -இன் படி தீர்ப்பளிக்கும் அதிகாரத்தின் உத்தரவால் பாதிக்கப்பட்ட எந்த நபரும், அவருக்கு உத்தரவு கிடைக்கப்பெற்ற நாளிலிருந்து *30* நாட்களுக்குள், மேல்முறையீட்டு அதிகாரியிடம் முறையீடு செய்யலாம்.	
	மேல்முறையீடு செய்யும் நேரத்தில், மேல்முறையீடு செய்யப்பட்ட உத்தரவின் படி செலுத்த வேண்டிய அபராதத் தொகையை செலுத்தாத வரை, மேல்முறையீடு செய்ய முடியாது.	

	மேல்முறையீட்டு அதிகாரி, குறிப்பிட்ட காலக்கெடுவான 30 நாட்களுக்குப் பிறகும், 90 நாட்கள் முடிவடைவதற்கு முன்பும், மேல்முறையீட்டை சரியான நேரத்தில் தாக்கல் செய்வதிலிருந்து போதுமான காரணத்தால் முறையீட்டாளர் தடுக்கப்பட்டதாக திருப்தி அடைந்தால், மேல்முறையீட்டை ஏற்றுக்கொள்ளலாம்.	
	(2) மேல்முறையீட்டை தீர்மானிக்கும் போது, மேல்முறையீட்டு அதிகாரம் பெற்ற நபர் பரிந்துரைக்கப்பட்ட நடைமுறையைப் பின்பற்ற வேண்டும்.	
ஆவணங்களை கேட்டுப்பெறு வதற்கான மேல்முறையீட்டு அதிகாரியின் அதிகாரம்	**28.** பிரிவு 27 -இன் படி பெறப்பட்ட தீர்ப்பளிக்கும் அதிகாரியின் உத்தரவின் சட்டப்பூர்வ தன்மை மற்றும் நேர்மையைப் பற்றி திருப்திப்படுத்தும் நோக்கில் மேல்முறையீட்டு அதிகாரி, எந்த ஒரு ஆவணங்களையும் கேட்டு ஆய்வு செய்து ஒழுங்கான நடைமுறை மற்றும் பொருத்தமானது என்று கருதும் வகையில் அதற்கான உத்தரவை நிறைவேற்றலாம்	
	பாதிக்கப்பட்ட நபருக்கு இவ்விவகாரத்தில் நியாயமான முறையில் விசாரணை செய்ய வாய்ப்பு அளிக்கப்படும் வரை எந்தவொரு நபரையும் பாதிக்கும் வகையில் ஒரு தலைபட்சமான உத்தரவு எதுவும் பிறப்பிக்கப்படக்கூடாது.	
விசாரணை நடத்துவது தொடர்பாக தீர்ப்பளிக்கும் அதிகாரி மற்றும் மேல்முறையீட்டு அதிகாரிக்கு உள்ள அதிகாரங்கள்	**29.** (1) தீர்ப்பளிக்கும் அதிகாரி மற்றும் மேல்முறையீட்டு அதிகாரி ஆகியோர் பின்வரும் விஷயங்களை பற்றி எந்தவொரு விசாரணையையும் நடத்தும் போது, சிவில் நடைமுறைச் சட்டம் 1908 -இன் படி சிவில் நீதிமன்றத்தின் அனைத்து அதிகாரங்களையும் பெறுவர். (a) சாட்சிகளை அழைத்தல் மற்றும் அவர்களின் வருகையை உறுதிசெய்தல்; (b) தேவையான ஆவணங்களை கண்டறிந்து சமர்ப்பிக்க அறிவுறுத்துதல்; (c) எந்தவொரு நீதிமன்றத்திலிருந்தும், எந்தவொரு பொது ஆவணத்தையோ அல்லது அதன் நகலையோ கோருதல்; (d) பிரமாணப் பத்திரங்களின் மீதான ஆதாரங்களைப் பெறுதல் மற்றும் (e) சாட்சிகளையும் அல்லது ஆவணங்களையும் ஆராய்வதற்கான குழுக்களை அமைத்தல்.	5 of 1908.
	அத்தியாயம் 5 **குற்றங்களும் அபராதங்களும்**	
இந்திய கடல் பகுதிகளில் சட்ட விதிமீறலில் ஈடுபடும் அயல்நாட்டு மீன்பிடிக்கல ன்களுக்கான அபராதம்	**30.** (i) பிரிவு 11 -க்கு முரணாக இந்தியாவின் கடல்சார் மண்டலங்களில் மீன்பிடிப்பதாகக் கண்டறியப்பட்ட எந்த அயல்நாட்டு மீன்பிடிக்கலமும் அதன் மீன்பிடி, வலை, உபகரணங்கள், கலனில் உள்ள பொருட்கள் அல்லது சரக்குகளுடன் பறிமுதல் செய்யப்படும். அவ்வாறு பறிமுதல் செய்யப்படும். அக்கலத்தின் உரிமையாளருக்கோ அல்லது கலனை இயக்குபவருக்கோ இரண்டு ஆண்டுகள் வரை நீட்டிக்கப் படக்கூடிய சிறைத் தண்டனையும் அல்லது 1 கோடி ரூபாய் வரை அபராதமும் அல்லது இரண்டும் சேர்த்தோ விதிக்கப்படலாம்;	
	(ii) பிரிவு 12 -க்கு முரணாக இந்திய கடல் பகுதியின் வழியாகச் செல்லும் மீன்பிடிக்கலன்களுக்கு 10 லட்சம் ரூபாய்க்கு குறையாமல் 20 லட்சம் ரூபாய் வரை நீட்டிக்கப்படக்கூடிய அபராதம் விதிக்கப்படலாம்.	

Page 12 of 19

பிரத்தியேகப் பொருளாதார மண்டலங்களில் சட்ட விதிகளை மீறும் இந்திய மீன்பிடிக் கலன்களுக்கான அபராதம்

31. *(1)* பிரிவு *13* அல்லது பிரிவு *15* -க்கு முரணாக பிரத்தியேகப் பொருளாதார மண்டலத்தில் செல்லுபடியாகும், உரிமம் இல்லாமல் மீன்பிடித்தல் மற்றும் மீன்பிடித்தல் தொடர்பான நடவடிக்கைகளில் ஈடுபடும் இந்திய மீன்பிடிக்கலன்களுக்கு பின்வரும் அட்டவணையின் மூன்றாவது, நான்காவது மற்றும் ஐந்தாவது பத்திகளில் குறிப்பிடப்பட்டுள்ள அளவிற்கு அபராதம் விதிக்கப்படலாம். முறையே முதல் நெடுவரிசையில் குறிப்பிடப்பட்டுள்ள குற்றங்கள் மற்றும் இரண்டாவது நெடுவரிசையில் குறிப்பிடப்பட்டுள்ள மீன்பிடிக்கலன்களின் வகைகள் போன்றவற்றை கவனிக்கவும்.

அட்டவணை

குற்றங்கள்	மீன்பிடிக்கலனின் வகை	முதல் குற்றத்திற்கான அபராதம்	இரண்டாவது குற்றத்திற்கான அபராதம்	மூன்றாவது மற்றும் அதற்கடுத்த குற்றங்களுக்கான அபராதம்
(1)	(2)	(3)	(4)	(5)
பிரிவுகள் *13* மற்றும் *15*	*15* மீட்டருக்கு குறைவான ஒட்டுமொத்த நீளமுள்ள இயந்திரம் பொருத்தப்பட்ட மீன்பிடிக்கலன்கள்	இல்லை	இல்லை	ரூ. *2,000* அபராதம்
	15 மீட்டருக்கு அதிகமான ஒட்டுமொத்த நீளமுள்ள இயந்திரம் பொருத்தப்பட்ட மீன்பிடிக்கலன்கள்	ரூ. *2,000* அபராதம்	ரூ. *5,000* அபராதம்	ரூ. *10,000* அபராதம்
	15 மீட்டருக்கு குறைவான ஒட்டுமொத்த நீளமுள்ள இயந்திரமயமாக்கப்பட்ட மீன்பிடிக்கலன்கள்	ரூ. *5,000* அபராதம்	ரூ. *10,000* அபராதம்	ரூ. *25,000* அபராதம்
	15 மீட்டருக்கு அதிகமான ஒட்டுமொத்த நீளமுள்ள இயந்திரமயமாக்கப்பட்ட மீன்பிடிக்கலன்கள்	ரூ. *10,000* அபராதம்	ரூ. *20,000* அபராதம்	ரூ. *50,000* அபராதம்

(2) பிரிவு 6 அல்லது பிரிவு 8 -இன் உட்பிரிவு (2) அல்லது பிரிவு 17 - இன் படி குறிப்பிடப்பட்டுள்ள நடவடிக்கைகளுக்கு மாறாக பிரத்தியேகப் பொருளாதார மண்டலத்தில் மீன்பிடித்தல் மற்றும் மீன்பிடித்தல் தொடர்பான நடவடிக்கைகளில் ஈடுபடும் எந்த ஒரு இந்திய மீன்பிடிக்கலனும் பின்வரும் அட்டவணையின் மூன்றாவது, நான்காவது மற்றும் ஐந்தாவது நெடுவரிசைகளில் குறிப்பிடப்பட்டுள்ள அளவுக்கு அபராதம் விதிக்கப்படும். முதல் நெடுவரிசையில் குறிப்பிடப்பட்டுள்ள குற்றங்கள் மற்றும் இரண்டாவது நெடுவரிசையில் குறிப்பிடப்பட்டுள்ள மீன்பிடிக்கலனின் வகைகள் போன்றவற்றை கவனிக்கவும்.

அட்டவணை

குற்றங்கள்	மீன்பிடிக்கலனின் வகை	முதல் குற்றத்திற்கான அபராதம்	இரண்டாவது குற்றத்திற்கான அபராதம்	மூன்றாவது மற்றும் அதற்கடுத்த குற்றங்களுக்கான அபராதம்
(1)	(2)	(3)	(4)	(5)
பிரிவுகள் 6,8 (2) மற்றும் 17	15 மீட்டருக்கு குறைவான ஒட்டுமொத்த நீளமுள்ள இயந்திரம் பொருத்தப்பட்ட மீன்பிடிக்கலன்கள்	இல்லை	இல்லை	ரூ. 1,000 அபராதம்
	15 மீட்டருக்கு அதிகமான ஒட்டுமொத்த நீளமுள்ள இயந்திரம் பொருத்தப்பட்ட மீன்பிடிக்கலன்கள்	ரூ. 1,000 அபராதம்	ரூ. 2,000 அபராதம்	ரூ. 5,000 அபராதம்
	15 மீட்டருக்கு குறைவான ஒட்டுமொத்த நீளமுள்ள இயந்திரமய மாக்கப்பட்ட மீன்பிடிக்கலன்கள்	ரூ. 3,000 அபராதம்	ரூ. 5,000 அபராதம்	ரூ. 10,000 அபராதம்
	15 மீட்டருக்கு அதிகமான ஒட்டுமொத்த நீளமுள்ள இயந்திரமய மாக்கப்பட்ட மீன்பிடிக்கலன்கள்	ரூ. 5,000 அபராதம்	ரூ. 10,000 அபராதம்	ரூ. 20,000 அபராதம்

ஆழ்கடல் மீன்பிடிப்பில் சட்ட விதிகளை மீறும் இந்திய ஆழ்கடல் மீன்பிடிப்பு கலன்களுக்கான அபராதம்	32. (1) பிரிவு 13 அல்லது பிரிவு 15 -க்கு முரணாக ஆழ்கடலில் செல்லுபடியாகும், உரிமம் இல்லாமல் மீன்பிடித்தல் அல்லது மீன்பிடித்தல் தொடர்பான நடவடிக்கைகளில் ஈடுபடும் எந்த ஒரு இந்திய மீன்பிடிக்கலன்களும் பின்வரும் அட்டவணையின் மூன்றாவது மற்றும் நான்காவது நெடுவரிசைகளில் குறிப்பிடப்பட்டுள்ள அளவுக்கு அபராதம் விதிக்கப்படும். முதல் நெடுவரிசையில் குறிப்பிடப்பட்டுள்ள குற்றங்கள் மற்றும் இரண்டாவது நெடுவரிசையில் குறிப்பிடப்பட்டுள்ள மீன்பிடிக்கலங்களின் வகைகள் இவற்றை கவனிக்கவும்.			
	அட்டவணை			
	குற்றங்கள்	மீன்பிடிக்கல னின் வகை	முதல் குற்றத்திற்கா ன அபராதம்	இரண்டாவது மற்றும் அடுத்தடுத்த குற்றங்களுக்கான அபராதம்
	(1)	(2)	(3)	(4)
	பிரிவுகள் 13 மற்றும் 15	15 மீட்டருக்கு குறைவானஒட் டுமொத்த நீளமுள்ள இயந்திரமய மாக்கப்பட்ட மீன்பிடிக்கல ன்கள்	ரூ. 25,000 அபராதம்	ரூ. 50,000 அபராதம் மற்றும் 30 நாட்களுக்கு மீன்பிடிக்கலன் பறிமுதல்
		15 மீட்டருக்கு அதிகமான ஒட்டுமொத்த நீளமுள்ள இயந்திரமய மாக்கப்பட்ட மீன்பிடிக்கல ன்கள்	ரூ. 50,000 அபராதம்	ரூ. 2,00,000 அபராதம் மற்றும் 30 நாட்களுக்கு மீன்பிடிக்கலன் பறிமுதல்
	(2) மீன்பிடித்தல் மற்றும் மீன்பிடித்தல் தொடர்பான நடவடிக்கைகளில் ஈடுபடும் இந்திய மீன்பிடிக்கலன்கள், பிரிவு 6 -இன் உட்பிரிவு (3) -இன் வகைப்பாடு (1) -ஐ மீறும் வகையில், கீழ்க்கண்ட அட்டவணையின் மூன்றாவது மற்றும் நான்காவது நெடுவரிசைகளில் குறிப்பிடப்பட்டுள்ள அளவிற்கு அபராதம் விதிக்கப்படும். முதல் நெடுவரிசையில் குறிப்பிடப்பட்டுள்ள குற்றங்களுக்காக இரண்டாவது நெடுவரிசையில் குறிப்பிடப்பட்டுள்ள மீன்பிடிக்கலங்களின் வகை இவற்றை கவனிக்கவும்.			
	அட்டவணை			
	குற்றங்க ள்	மீன்பிடிக்கலனி ன் வகை	முதல் குற்றத்திற்கான அபராதம்	இரண்டாவது மற்றும் அடுத்தடுத்த குற்றங்களுக்கா ன அபராதம்
	(1)	(2)	(3)	(4)
	பிரிவு 6 (3) (i)	15 மீட்டருக்கு குறைவானஒட்டு மொத்த நீளமுள்ள இயந்திரமயமாக் கப்பட்ட மீன்பிடிக்கலன்கள்	ரூ. 20,000 அபராதம்	ரூ. 40,000 அபராதம் மற்றும் உரிமம் 30 நாட்கள் வரை நிறுத்திவைக்கப்படும்

	15 மீட்டருக்கு அதிகமான ஒட்டுமொத்த நீளமுள்ள இயந்திரமயமாக்கப்பட்ட மீன்பிடிக்கலன்கள்	ரூ. 25,000 அபராதம்	ரூ. 1,00,000 அபராதம் மற்றும் உரிமம் 30 நாட்கள் வரை நிறுத்திவைக்கப்படும்

சிறப்பு உரிமத்தின் விதிமுறைகள் மற்றும் நிபந்தனைகளை மீறியதற்கான அபராதம்	**33.** பிரிவு *18* -இன் படி வழங்கப்பட்ட சிறப்பு உரிமத்தின் விதிமுறைகள் மற்றும் நிபந்தனைகளுக்கிணங்க எந்த ஒரு இந்திய மீன்பிடிக்கலனும் தவறினால், அக்கலனின் உரிமையாளர் அல்லது இயக்குபவருக்கு ஒரு லட்சம் ரூபாய் வரை அபராதம் விதிக்கப்படும் அத்துடன் அவருடைய மீன்பிடிக்கலனின் உரிமம் நிறுத்தி வைக்கப்படும் அல்லது ரத்து செய்யப்படும்.	
அங்கீகரிக்கப்பட்ட அதிகாரிகளை பணிபுரிய விடாமல் தடுத்ததற்கான அபராதம்	**34.** *(1)* அங்கீகரிக்கப்பட்ட அதிகாரியின் அதிகாரத்தைப் பயன்படுத்துவதில் யாரேனும் ஒருவர் வேண்டுமென்றே தடை செய்தால், அவர் தண்டிக்கப்படலாம் *(i)* இந்திய மீன்பிடிக்கலனின் ஒட்டுமொத்த நீளம் *15* மீட்டருக்கு குறைவாக இருந்தால் ஐந்தாயிரம் ரூபாய் அபராதமும் மற்றும் ஒட்டு மொத்த நீளம் *15* மீட்டருக்கு அதிகமாக இருந்தால் பத்தாயிரம் ரூபாய் அபராதமும் விதிக்கப்படும்; *(ii)* அயல்நாட்டு மீன்பிடிக்கலனிற்கான அபராதம் *5* லட்சம் ரூபாய் வரை நீட்டிக்கப்படலாம்.	
நிறுவனங்களின் குற்றங்கள்	**35.** *(1)* இந்தச் சட்டத்தின் படி, ஒரு குற்றம் ஒரு நிறுவனத்தால் செய்யப்பட்டிருந்தால், குற்றம் நடந்த நேரத்தில் நிறுவனத்தில் பணியில் இருந்த ஒவ்வொரு நபரும் அல்லது நிறுவனத்தின் வணிகத்தை நடத்தும் பொறுப்பானவர் அல்லது நிறுவனம், அந்தக் குற்றத்தின் குற்றவாளியாகக் கருதப்பட்டு, அவர் மீது நடவடிக்கை எடுக்கப்பட்டு அதற்கேற்ப தண்டிக்கப்படுவார்	
	இந்த உட்பிரிவின் படி, ஒருவருக்குத் தெரியாமல் குற்றம் நடைபெற்றது மற்றும் அந்தக் குற்றம் நடைபெறாமல் இருக்க தன்னால் முடிந்த எல்லாவற்றையும் செய்தார் என்று நிரூபிக்கப்பட்டால் எத்தகைய தண்டனைக்கும் அந்த நபர் உள்ளாக மாட்டார்.	
	(2) இருந்த போதிலும், உட்பிரிவு *(1)* -இன் படி, ஒரு நிறுவனம் ஒரு குற்றத்தைச் செய்திருந்தாலும், அந்த குற்றம் எந்த இயக்குநரின் ஒப்புதலுடன் அல்லது உறுதுணையுடன் செய்யப்பட்டுள்ளது அல்லது எந்த ஒரு இயக்குனரின் புறக்கணிப்பு காரணமாக செய்யப்பட்டுள்ளது என்பது நிரூபிக்கப்பட்டால் அந்நிறுவனத்தின் மேலாளர், செயலாளர் அல்லது மற்ற அதிகாரி, அத்தகைய இயக்குனர், மேலாளர், செயலாளர் அல்லது பிற அதிகாரியும் அந்தக் குற்றத்தின் குற்றவாளியாகக் கருதப்பட்டு, அவருக்கு எதிராக வழக்கு தொடரப்பட்டு, அதற்கேற்ப தண்டிக்கப்படுவர்.	
	அத்தியாயம் 6 **இதர விவரங்கள்**	
நிதி ஆதார அமைப்பு	**36.** *(1)* கடல் மீன்வள மேம்பாட்டு நிதி என்று அழைக்கப்படும் ஒரு நிதி ஏற்படுத்தப்பட்டு அதில் கீழ்கண்டவை வரவு வைக்கப்படும்.	
	(a) இந்தச் சட்டத்தின் நோக்கங்களை நிறைவேற்றுவதற்காக மத்திய அரசு கொடுக்கக்கூடிய மானியங்கள் அல்லது கடன்கள்;	

Page **16** of **19**

	(b) இந்தச் சட்டத்தின் கீழ் சேகரிக்கப்பட்ட அனைத்து ரசீதுகள் ; மற்றும்	
	(c) இந்தச் சட்டத்தின் நோக்கங்களை நிறைவேற்றுவதற்காக மாநில அரசு அல்லது நிறுவனத்தால் கொடுக்கப்படக்கூடிய மானியங்கள் அல்லது கடன்கள்.	
	(2) இயந்திரம் பொருத்தப்படாத மீன்பிடிக்கலன்களை இயக்கும் பாரம்பரிய மீனவர்கள் உட்பட அனைத்து மீனவர்களின் நலனுக்காகவும், கடல் மீன்பிடி மற்றும் அது தொடர்புடைய நடவடிக்கைகளின் நிலையான வளர்ச்சி மற்றும் மேலாண்மைக்காகவும் இந்த நிதி பயன்படுத்தப்படும்.	
	(3) மத்திய அரசு, ஓர் அறிவிப்பின் மூலம், இந்நிதியைப் பராமரிக்க மற்றும் நிர்வகிக்க ஒரு நிறுவனத்தை நியமிக்கும்.	
தண்டனைக்குரிய குற்றங்கள்	**37.** கிரிமினல் நடைமுறைச் சட்டம், *1973* -இல் இல்லாவிட்டாலும், பிரிவு *28* -இன் கீழ் குற்றங்களாக அறியப்பட்டால் அவை தண்டிக்கப்படக்கூடியவை.	1 of 1974.
நல்லெண்ணத்தில் எடுக்கப்பட்ட நடவடிக்கைகளுக்கான பாதுகாப்பு	**38.** *(1)* அதிகாரப்பூர்வ அதிகாரி அல்லது தீர்ப்பு வழங்கும் அதிகாரி அல்லது மேல்முறையீட்டு அதிகாரியாக நியமிக்கப்பட்டுள்ள எந்த அதிகாரியும் இச்சட்டத்தை நிறைவேற்றும் பொருட்டு அவரது கடமையை செய்வதற்காகவும், நல்லெண்ண அடிப்படையிலும் எடுத்த நடவடிக்கைகளுக்கு எதிராக அவர் மீது வழக்குத் தொடரவோ அல்லது குற்றம் சுமத்தவோ முடியாது.	
	(2) இந்த சட்டத்தின் விதிகளின் படி நல்லெண்ணத்தில் செய்யப்பட்ட அல்லது செய்யப்பட விரும்பும் எந்தவொரு சேதத்திற்கும் அல்லது ஏற்படக்கூடிய எந்தவொரு சேதத்திற்கும் அரசாங்கத்திற்கு எதிராக எந்த வழக்கோ அல்லது பிற சட்ட நடவடிக்கைகளோ எடுக்க முடியாது.	
விதிகளை உருவாக்கும் அதிகாரம்	**39.** *(1)* மத்திய அரசு, மாநில அரசுடன் கலந்தாலோசித்த பிறகு, ஓர் அறிவிப்பின் மூலம், இந்தச் சட்டத்தின் விதிகளை நிறைவேற்றுவதற்கான விதிகளை உருவாக்கலாம்.	
	(2) குறிப்பாக, மேற்கூறிய அதிகாரங்களின் பொதுத்தன்மைக்கு பாரபட்சம் இல்லாமல், அத்தகைய விதிகள் பின்வரும் அல்லது அனைத்து விஷயங்களுக்கும் வழங்கப்படலாம்	
	(a) பிரிவு *7* -இன் உட்பிரிவு *(3)* -இன் படி தகவல்களை சேகரித்தல், தொகுத்தல், செயலாக்குதல் மற்றும் பரப்புதல்;	
	(b) பிரிவு *10* -இன் படி இயந்திரம் பொருத்தப்படாத மீன்பிடிக்கலனை இயக்கும் மீனவர்கள் உட்பட பாரம்பரிய மற்றும் சிறிய அளவிலான மீனவர்களின் வாழ்வாதாரம் மற்றும் சமூகப் பொருளாதார நல்வாழ்வை மேம்படுத்துவதற்கான நடவடிக்கைகள்;	
	(c) பிரிவு *12* -இன் படி இந்திய கடல் பகுதி வழியாகச் செல்லும் அயல்நாட்டு மீன்பிடிக்கலன்கள் பின்பற்றப்பட வேண்டிய நடைமுறை;	
	(d) பிரிவு *13* -இன் படி செயற்கை ஒளியைப் பயன்படுத்த அனுமதிக்கப்படும் மீன்பிடி முறைகள்;	
	(e) உட்பிரிவு *(2)* -இன் படி படிவம், விவரங்கள் மற்றும் கட்டணம், உட்பிரிவு *(4)* -இன் படி கட்டணம் வசூலிக்கும் முறை, உட்பிரிவு *(5)* -இன் படி உரிமம் வழங்கப்பட வேண்டிய படிவம், முறை மற்றும் நேரம் மற்றும் பிரிவு *17* -இன் உட்பிரிவு *(8)* -இன் படி உரிமத்தை மாற்றுவதற்கான விதிவிலக்கான சூழ்நிலைகள்;	
	(f) பிரிவு *18* -இன் உட்பிரிவுகள் *(1)* மற்றும் *(2)* -இன் படி சிறப்பு உரிமத்தின் விதிமுறைகள் மற்றும் நிபந்தனைகள்;	

	(g) பிரிவு 19 -இன் உட்பிரிவு (1) -இன் படி உரிமத்தை இடைநீக்கம் மற்றும் ரத்து செய்யும் முறை;	
	(h) பிரிவு 20 -இன் உட்பிரிவு (1) -இன் கீழ் விதிக்கப்படும் கட்டணம் மற்றும் அதை வசூலிக்கும் விதம்;	
	(i) பிரிவு 21 -இன் உட்பிரிவு (3) -இன் படி ஆலோசனைக் குழுவின் அமைப்பு மற்றும் அதன் செயல்பாட்டின் விதிமுறைகள்;	
	(j) பிரிவு 23 -இன் உட்பிரிவு (2) -இன் படி தடுத்து வைக்கப்பட்டுள்ள அயல்நாட்டு மீன்பிடிக்கலன்களுக்கு விதிக்கப்படும் கட்டணங்கள்;	
	(k) பிரிவு 24 -இன் உட்பிரிவு (1) -இன் படி தீர்ப்பளிக்கும் அதிகாரியால் விசாரணை மற்றும் நடவடிக்கைகளைத் தொடங்குதல் மற்றும் பிரிவு 24 -இன் உட்பிரிவு (4) -இன் படி தீர்ப்பளிப்பதற்கான நடைமுறை;	
	(l) பிரிவு 27 -இன் உட்பிரிவு (2) -இன் படி மேல்முறையீட்டு அதிகாரி மேல்முறையீட்டின் மீது முடிவெடுப்பதற்கான நடைமுறைகள்;	
	(m) பிரிவு 33 -இன் உட்பிரிவு (2) -இன் படி கடல் மீன்வளம் தொடர்பான நடவடிக்கைகள்;	
	(n) சேர்க்கப்படக்கூடிய அல்லது பரிந்துரைக்கப்பட கூடிய இன்ன பிற விஷயங்கள்.	
பாராளுமன்றத்தில் முன் வைக்கப்படுவதற்கான விதிகள் மற்றும் அறிவிப்புகள்	**40.** இந்தச் சட்டத்தின் கீழ் உருவாக்கப்பட்ட ஒவ்வொரு விதியும், அது உருவாக்கப்பட்டவுடன் கூடிய விரைவில், நாடாளுமன்றத்தின் இரு அவைகளின் அமர்வின்போதும், மொத்தம் 30 நாட்களுக்கு, ஓர் அமர்வு அல்லது இரண்டு அல்லது அதற்கு மேற்பட்ட அமர்வுகளில் வைக்கப்படும். அடுத்தடுத்த அமர்வுகள் மற்றும் அமர்வு முடிந்த உடனேயே அல்லது மேற்கூறிய அடுத்தடுத்த அமர்வுகள் முடிவடைவதற்கு முன்பு, இரு அவைகளும் விதியில் ஏதேனும் மாற்றங்களைச் செய்ய ஒப்புக்கொண்டால் அல்லது விதியை உருவாக்கக்கூடாது என்று இரு அவைகளும் ஒப்புக்கொண்டால், விதி அதன்பிறகு ஏற்படக்கூடிய சூழ்நிலைகளுக்கு ஏற்ப மாற்றப்பட்ட வடிவில் நடைமுறைக்கு வரும் அல்லது நடைமுறைக்கு வராமலே போகும். எனினும் எந்தவிதமான மாற்றமும் அல்லது ரத்துசெய்தலும் பாரபட்சமின்றி இருக்க வேண்டும்.	
1976 ஆம் ஆண்டின் 80ஆம் சட்டத்தின் விளைவு	**41.** பிராந்தியக் கடல் பகுதி, கண்டத்திட்டு, பிரத்தியேகப் பொருளாதார மண்டலம் மற்றும் பிற கடல்சார் மண்டலங்கள் சட்டம், 1976 -இன் பிரிவு 7 -இன் உட்பிரிவு (5) இந்த சட்டம் தொடர்பாக எந்த விளைவையும் ஏற்படுத்தாது.	80 of 1976.
சிரமங்களை நீக்கும் அதிகாரம்	**42.** (1) இந்தச் சட்டத்தின் விதிகளைச் செயல்படுத்துவதில் ஏதேனும் சிரமம் ஏற்பட்டால், மத்திய அரசு, அதிகாரப்பூர்வ அரசிதழில் வெளியிடப்பட்ட உத்தரவின் மூலம், இந்தச் சட்டத்தின் விதிகளுக்கு முரணானவை, தேவையானவை ஆகியவற்றை குறிப்பிட்டு சிரமத்தை நீக்கலாம்.	
	இந்தச் சட்டம் தொடங்கப்பட்ட நாளிலிருந்து மூன்று ஆண்டுகள் முடிவடைந்த பிறகு இந்தப் பிரிவின் கீழ் எத்தகைய உத்தரவும் போட முடியாது.	
	(2) இந்தப்பிரிவின் கீழ் செய்யப்படும் ஒவ்வொரு ஆணையும், அது இயற்றப்பட்டவுடன், பாராளுமன்றத்தின் ஒவ்வொரு அவையிலும் சமர்ப்பிக்கப்படும்	
ரத்து மற்றும் இருப்பு செய்தல்	**43.** (1) இந்தியக் கடல் மண்டலங்கள் (அயல்நாட்டுக்கலன்கள் மூலமாக மீன்பிடிக்க கட்டுப்பாடு) சட்டம், 1981, இதன் மூலம் ரத்து செய்யப்படுகிறது.	42 of 1981.

(2) மேற்கண்ட சட்டம் ரத்து செய்யப்பட்ட போதிலும், இந்தச் சட்டத்தின் விதிகளுடன் முரண்படாத எந்த ஒரு அறிவிப்பு, உத்தரவு, நியமனம், சான்றிதழ், அறிவிப்பு அல்லது வழங்கப்பட்ட ரசீது, வழங்கப்பட்ட விண்ணப்பம் அல்லது வழங்கப்பட்ட உரிமம் உட்பட, ரத்து செய்யப்பட்ட சட்டத்தின் கீழ் எடுக்கப்பட்ட ஏதேனும் அல்லது எந்த ஒரு நடவடிக்கையும் இந்தச் சட்டத்தின் தொடர்புடைய ஏற்பாடுகளின் கீழ் செய்யப்பட்டதாக அல்லது எடுக்கப்பட்டதாகக் கருதப்படுகிறது.